കാട്ടുപുല്ല്

kattupullu

•

lushun

•

translation

p p k pothuval

•

first edition

july 2019

•

typesetting

info needs, kariyam

•

published

chintha publishers, thiruvananthapuram

•

cover

veecee abhilash

വിതരണം

ദേശാഭിമാനി ബുക്ക് ഹൗസ്

H O തിരുവനന്തപുരം-695 035

phone: 0471-2303026, 6063026

www.chinthapublishers.com

chinthapublishers@gmail.com

ബ്രാഞ്ചുകൾ

ഹെഡ്ഡാഫീസ് ബ്രാഞ്ച് കുന്നുകുഴി • സ്റ്റാച്യു തിരുവനന്തപുരം • കെ എസ് ആർ ടി സി ബസ് സ്റ്റേഷൻ ആലപ്പുഴ • കെ എസ് ആർ ടി സി ബസ് സ്റ്റേഷൻ എറണാകുളം • മച്ചിങ്ങൽ ലെയിൻ തൃശൂർ • ഐ ജി റോഡ് കോഴിക്കോട് • മാവൂർ റോഡ് കോഴിക്കോട് • എൻ ജി ഒ യൂണിയൻ ബിൽഡിങ് കണ്ണൂർ • സെൻട്രൽ ബസ് ടെർമിനൽ കോംപ്ലക്സ് താവക്കര കണ്ണൂർ

CO - 2830 / 5094

ISBN - 978-93-88485-91-3

കാട്ടുപുല്ല്

ലുഷുൻ

മൊഴിമാറ്റം
പി പി കെ പൊതുവാൾ

ചിന്ത പബ്ലിഷേഴ്സ്
തിരുവനന്തപുരം-695 035

പി പി കെ പൊതുവാൾ

1946 ൽ കാസർകോട് ജില്ലയിലെ തൃക്കരിപ്പൂരിൽ ജനനം. അദ്ധ്യാപകൻ, ശാസ്ത്രസാഹിത്യപരിഷത്ത് പ്രവർത്തകൻ. പരിഭാഷകളടക്കം മുപ്പതിലേറെ കൃതികൾ രചിച്ചിട്ടുണ്ട്. വിജ്ഞാനസാഹിത്യത്തിനുള്ള സംസ്ഥാന-ബാലസാഹിത്യ അവാർഡ്, പി ടി ബി അവാർഡ്, ബെസ്റ്റ് പബ്ലിക്ക് ഒബ്സർവർ അവാർഡ്, സ്കൂൾ കുട്ടികളിലെ കാഴ്ചാവൈകല്യങ്ങളെക്കുറിച്ചു തയ്യാറാക്കിയ പ്രോജക്ടിന് കേന്ദ്ര ആരോഗ്യ മന്ത്രാലയത്തിന്റെ പുരസ്കാരം എന്നിവ ലഭിച്ചിട്ടുണ്ട്.

പ്രധാനകൃതികൾ: *പരിസ്ഥിതിക്കവിതയ്ക്ക് ഒരാമുഖം, പരിസ്ഥിതിബോധവും സംസ്കാരവും, ഭൂമിക്ക് ഒരവസരം നല്കൂ, ഡാർവിന്റെ ആത്മകഥ, ബയോടെക്നോളജിയുടെ ലോകം, ചാർളി ചാപ്ലിൻ, ജറാൾഡ് ഡ്യൂറലിന്റെ വനയാത്രകൾ, ഓർമ്മകളിൽ ഡാർവിൻ* (പരിഭാഷ), *ശാസ്ത്രം ശാസ്ത്രജ്ഞർ* (പരിഭാഷ), *അവശ്യമരുന്നുകളുടെ രാഷ്ട്രീയം* (പരിഭാഷ).

വിലാസം : തങ്കയം, തൃക്കരിപ്പൂർ പി ഒ
കാസർകോട് ജില്ല
പിൻ - 671 310
ഫോൺ - 9495343836

ഉള്ളടക്കം

പ്രസാധകക്കുറിപ്പ്

വിശ്വവിശ്രുതനായ ലുഷുന്റെ 23 ഗദ്യകവിതകളുടെ സമാഹാരം. പി പി കെ പൊതുവാൾ ഇതു മനോഹരമായി പരിഭാഷപ്പെടുത്തിയിരിക്കുന്നു. ഒരു കുളിർതെന്നലിന്റെ തലോടൽപോലെ ഈ ഗദ്യകവിതകൾ വായനക്കാരന്റെ പ്രജ്ഞയിലൂടെ കടന്നുപോകുന്നു. മുതിർന്നവർക്കും ഒപ്പം കുട്ടികൾക്കും ഇവ വായിച്ചാസ്വദിക്കാം.

അതീവ ഹൃദ്യമായ ഈ കൃതി അഭിമാനത്തോടെ ഞങ്ങൾ കാഴ്ചവെക്കുന്നു.

ചിന്ത പബ്ലിഷേഴ്സ്

കാട്ടുപുല്ലും ലുഷുനും

ആധുനിക ചൈനീസ് സാഹിത്യത്തിന്റെ ആചാര്യനായി അറിയപ്പെടുന്ന ലുഷുൻ (യഥാർത്ഥ പേര് സിഷ്യറെൻ) രചിച്ച ഈ ഗദ്യകവിതാഗ്രന്ഥം അദ്ദേഹത്തിന്റെ മാസ്റ്റർ പീസുകളിൽ ഒന്നായി അറിയപ്പെടുന്ന ഒരു രചനയാണ്. 1924 – 26 കാലത്ത് പെക്കിങ്ങിലായിരിക്കെ എഴുതിയ 23 രചനകളാണ് ഇതിന്റെ ഉള്ളടക്കം. അഹ്ക്യുവിന്റെ സത്യസന്ധമായ കഥയും ഒരു ഭ്രാന്തന്റെ ഡയറിയും രചിച്ച തൂലികയിൽനിന്നുണ്ടായ മറ്റൊരു വിശിഷ്ട രചന. ഭ്രമ കല്പനകളും പ്രകൃതിദൃശ്യങ്ങളും രാഷ്ട്രീയ വിമർശ നവും സാമൂഹികമായ ഉപലംഭങ്ങളും വിപ്ലവ കാമനയു മെല്ലാം കൂടിച്ചേർന്നുണ്ടായ സർഗ്ഗാത്മകതയുടെ ഈ വെളിപാടുകളെ സഹൃദയരുടെ മുമ്പിൽ സമർപ്പിക്കാൻ അതിയായ സന്തോഷമുണ്ട്. രചനകളുടെ തീയതിയും ആവശ്യമായ അടിക്കുറിപ്പുകളും അതാതിടത്ത് നല്കാൻ ശ്രദ്ധിച്ചിട്ടുണ്ട്.

പരിഭാഷകൻ

പ്രവേശിക

മിണ്ടാതിരുന്നാൽ മനസ്സ് നിറയും. മിണ്ടാൻ വായനക്കേണ്ട താമസം, മനസ്സ് ശൂന്യമാകും.

ഭൂതകാലം ചത്തുപോയെന്നറിഞ്ഞ് വല്ലാത്ത സന്തോഷം തോന്നുന്നു. സന്തോഷമുള്ള ഒരു കാലം എനിക്കുണ്ടായിരുന്നു എന്നറിയുന്നത് അത് മരിച്ചുകഴിഞ്ഞപ്പോൾ മാത്രമാണ്. ചത്ത ജീവിതം പട്ടുപോയി. ഭൂതകാലം ശൂന്യമായിരുന്നില്ല എന്നറിയുന്നത് അത് ജീർണ്ണിക്കാൻ തുടങ്ങിയപ്പോൾ മാത്രമാണ് എന്നത് ഏറെ സന്തോഷകരമായ ഒരു കാര്യമാണ്.

ഉപേക്ഷിക്കപ്പെട്ട ജീവിതത്തിന്റെ കളിമണ്ണിൽ വന്മരങ്ങളൊന്നും വളരുകയില്ല. കാട്ടുപുല്ലുമാത്രം കിളിർക്കും. അത് എന്റെ കുറ്റമാണ്.

കാട്ടുപുല്ല് ആഴത്തിൽ വേരോടില്ലെന്നറിയാമല്ലോ. സുന്ദരസൂനങ്ങളോ ഇലകളോ അതിൽ വിരിയാറില്ലെന്നതും സത്യമാണല്ലോ. എങ്കിലുമതിന് തുഷാരകണങ്ങളെയും ജലകണങ്ങളെയും മരിച്ചുപോയവരുടെ രക്തത്തെയും മാംസത്തെയും മണ്ണിൽനിന്ന് ഉറിഞ്ചിയെടുക്കാൻ കഴിയും. അത് ജീവിച്ചിരിക്കെ കാട്ടുപുല്ലിനെ എല്ലാവരും ചവിട്ടിമെതിക്കും. അരിഞ്ഞുതള്ളും. അതു കിടന്നഴുകും. എനിക്കു പക്ഷേ, അതിലൊട്ടും വിഷമമില്ലല്ലോ. ഏറെ സന്തോഷമുണ്ടുതാനും; ഉറക്കെ ചിരിക്കാമല്ലോ ഉച്ചത്തിൽ പാടാമല്ലോ.

ഞാനെന്റെ കാട്ടുപുല്ലിനെ സ്നേഹിക്കുന്നു. അതേസമയം അതുകൊണ്ട് ആച്ഛാദിതമായ നിലത്തെ വെറുക്കുന്നു.

ഭൂഗർഭത്തിൽ തീ പടരുന്നു. തീജ്ചാലകൾ ഉയർന്നുകൊണ്ടിരിക്കുന്നു. ഉള്ളിലെ ലാവ ഉരുകിയൊലിക്കുന്നു. ഭൂഗർഭത്തെപ്പിളർന്ന് അത് പുറത്തു വന്നാൽ അഴുകാൻ ബാക്കിനിർത്താതെ കാട്ടുപുല്ലിനെ മാത്രമല്ല

കാട്ടുമരങ്ങളെപ്പോലുമത് വിഴുങ്ങിക്കളയും. എനിക്ക് പക്ഷേ, അതിലൊട്ടും വിഷമമില്ല. ഏറെ സന്തോഷമുണ്ടുതാനും. ഉറക്കെ ചിരിക്കാമല്ലോ, ഉച്ചത്തിൽ പാടാമല്ലോ.

ഭൂമിയുമാകാശവും സ്വച്ഛസുന്ദരമായതുകൊണ്ട് ഉച്ചത്തിൽ പാടാനോ ഉറക്കെ ചിരിക്കാനോ എനിക്കു വയ്യ. ഭൂമിയുമാകാശവും സ്വച്ഛമല്ലെങ്കിലും എനിക്കതു വയ്യ. പ്രകാശത്തിനും ഇരുട്ടിനും ജീവിതത്തിനും മരണത്തിനും ഭൂതത്തിനും ഭാവിക്കുമായി കാട്ടുപുല്ലുകളുടെ ജഡാനിബിഡമായ ഈ തണ്ടുകളെ ശത്രുവിനും മിത്രത്തിനും മനുഷ്യനും മൃഗത്തിനും ഞാൻ സ്നേഹിക്കുന്നവർക്കും സ്നേഹിക്കാത്തവർക്കും എന്റേതായ ഈടുവെപ്പായി സമർപ്പിക്കുകയാണ്.

എനിക്കുവേണ്ടി, എന്റെ മിത്രങ്ങൾക്കും ശത്രുക്കൾക്കുംവേണ്ടി, എന്നെ സ്നേഹിക്കുന്നവർക്കും, എന്നെ സ്നേഹിക്കാത്തവർക്കും വേണ്ടി എത്രയും വേഗം ഈ കാട്ടുപുല്ല് ചത്തു ജീർണ്ണിച്ച് കാണണമെന്നാണ് എന്റെ ആഗ്രഹം. മറിച്ചായാൽ ഞാൻ ജീവിച്ചിരുന്നിട്ടില്ലെന്നാണതിനർത്ഥം. മരണത്തെക്കാൾ, ജീർണ്ണതയേക്കാൾ ദുഃഖകരമാണത്.

പോവുക കാട്ടുപുല്ലേ, എന്റെയീ ആമുഖ വചനങ്ങൾക്കൊപ്പം പോവുക.!

ഏപ്രിൽ 26, 1927.

ശരത്കാലരാത്രി

എന്റെ വീട്ടുപറമ്പിന്റെ പിന്മതിലിനപ്പുറം രണ്ടു മരങ്ങൾ നില്പുണ്ട്. ഒന്നൊരു ഈന്തപ്പന. മറ്റേത് മറ്റൊരീന്തപ്പന.

അവയ്ക്കു മുകളിൽ ഉന്നതവും അപരിചിതവുമായ നിശാകാശം. ഇത്രയും ഉന്നതവും അപരിചിതവുമായ ഒരു നിശാകാശത്തെ ഞാനിതുവരെ കണ്ടിട്ടില്ല. മനുഷ്യരുടെ ലോകംവിട്ടു പോകാനൊരുങ്ങി നില്ക്കുകയാണെന്നു തോന്നും കണ്ടാൽ. മേല്പോട്ടു നോക്കിയാൽ കാണ രുതെന്ന മട്ടിലൊരു നില്പ്. എന്നാൽ, അനന്യമായ ഒരു നീലിമയാർന്നു നില്പാണീ സമയമത്. തണുപ്പൻമട്ടിൽ ചിമ്മി മിഴിച്ചുകൊണ്ടിരിക്കുന്ന അതിന്റെ കോടാനുകോടി നക്ഷത്രകണ്ണുകൾ എനിക്കു കാണാം. അതിന്റെ ചുണ്ടുകളിലൊരു വാടിയ ചിരി പറ്റിക്കിടപ്പുണ്ട്. ഏറെ പ്രധാന മെന്ന് അത് സ്വയം കരുതുന്ന ഒരിളംചിരി. കാട്ടുപൊന്തകളിലത് ഉറമഞ്ഞു വാരിത്തൂവുകയാണ്.

ഈ കാട്ടുചെടികളിൽ പലതിന്റേയും പേര് എനിക്കറിഞ്ഞൂകൂട. സാധാരണ ഏതു പേരു ചൊല്ലിയാണിവയെ വിളിക്കുന്നതാവോ! അതി ലൊന്നിൽ നിറയെ പിങ്കുനിറമുള്ള പൂക്കളായിരുന്നെന്നോർമ്മയുണ്ട്. ഇപ്പോഴുമുണ്ട്. പണ്ടൊരിക്കലുമില്ലാത്തവിധം തീരെ ചെറിയ പൂവുകളാ ണിപ്പോഴവയെന്നേയുള്ളൂ. തണുപ്പിൽ കിടുകിടുക്കുന്നതിനിടയിലവ വസന്താഗമനത്തെ സ്വപ്നം കാണുന്നു. ശരത്ക്കാലാഗമനത്തെ സ്വപ്നം കാണുന്നു. അവയിൽ അവസാനമായി പിറന്ന പൂക്കളുടെ ദലങ്ങൾ കൊണ്ട് സ്വന്തം കണ്ണുനീർ തുടച്ചുകളയുന്ന മെലിഞ്ഞ കവിയെ സ്വപ്നം കാണുന്നു. ശരത്കാലം വരുമെന്നും പിന്നെ ശൈത്യകാലം വരുമെന്നും എന്നാലും ചിത്രശലഭങ്ങൾ പാറിനടക്കുകയും വണ്ടുകൾ മുരളുകയും വസന്താഗമനത്തിന്റെ പാട്ടുകൾ ആലപിക്കുകയും ചെയ്യുന്ന ആ നല്ല

നാളുകൾ വരികതന്നെ ചെയ്യുമെന്നും അയാൾ പറയുന്നുണ്ട്. തുടർന്ന് പിങ്കുനിറമുള്ള ആ ചെറുപുഷ്പങ്ങൾ, ഇപ്പോഴവയുടെ നിറം തണുപ്പു കൊണ്ട് വിലാപസൂചകമായ കടുംചുവപ്പായി മാറിയിട്ടുണ്ടെങ്കിലും കിടു കിടാ വിറച്ചുകൊണ്ടുതന്നെ പുഞ്ചിരിപൊഴിച്ചുകൊണ്ടിരിക്കുന്നു.

വീടിനു പിന്നിലെ ആ ഈന്തപ്പനകളുടെ കാര്യം പറഞ്ഞാൽ, അവയുടെ ഇലകളെല്ലാം ഒന്നൊഴിയാതെ കൊഴിഞ്ഞു കഴിഞ്ഞു. നേരത്തെ, മറ്റുള്ളവർ കാണാതെപോയ ഈന്തപ്പഴങ്ങൾ തച്ചിടാൻ ഒന്നോ രണ്ടോ പയ്യന്മാർ വരാറുണ്ടായിരുന്നു. എന്നാലിപ്പോൾ ഒരൊറ്റപ്പഴം പോലും അവശേഷിക്കുന്നില്ല. രണ്ടു മരത്തിലും ഇലകൾ പൂർണ്ണമായും ഇല്ലാതായി കഴിഞ്ഞു. ചെറിയ ഈ പിങ്കുപൂവുകൾ ശരത്തിനുശേഷം വരുന്ന വസന്തകാലത്തെയാണ് സ്വപ്നംകാണുന്നതെന്നു അവർക്ക റിയാം. വസന്തത്തിനു ശേഷമുള്ള ശരത്തിന്റെ കൊഴിഞ്ഞുവീണ ഇല കളുടെ സ്വപ്നം എന്താണെന്നും അവർക്കറിയാം. അവയ്ക്ക് അവയുടെ ഇലകളെല്ലാം നഷ്ടമായിരിക്കുന്നു. ശിഖരങ്ങൾ മാത്രം ബാക്കിയായി നില്ക്കുന്നു. എന്നാൽ ഇവയ്ക്കാകട്ടെ, പൂക്കളും പഴങ്ങളും കൊഴിഞ്ഞു പോയതുമൂലമുണ്ടായ ഭാരക്കുറവിന്റെ പ്രൗഢിയാണ്. അതിന്റെ ലാഘ വത്തിലവ ഗംഭീരമായി തലയുയർത്തിയങ്ങനെ നില്ക്കുകയാണ്. ശിഖരങ്ങളിൽ ചിലത് എറിവടികളേല്പിച്ച പരുക്കിനെ താലോലിച്ചു കൊണ്ട് താഴ്ന്ന് തൂങ്ങി നില്പുണ്ടെന്നാലും ഏറ്റവും നന്നായി നീണ്ടു നിവർന്ന് നില്ക്കുന്ന ഏറ്റവും നീളമുള്ള ശാഖകൾ ഉന്നതവും അപരിചിത വുമായ ആകാശത്തിൽ കാരിരുമ്പിന്റെ ദൃഢതയോടെ ആഴ്ന്നിറങ്ങി അമ്പരപ്പോടെ ഇമവെട്ടിക്കൊണ്ട് താഴോട്ടുതന്നെ സൂക്ഷിച്ചുനോക്കാൻ അതിനെ പ്രേരിപ്പിക്കുകയാണ്. നീണ്ടു ദൃഢമായ ഈ ശാഖകൾ പൂർണ്ണ ചന്ദ്രനെപ്പോലും തുളച്ചുകടന്ന് മുന്നേറാൻ തുടങ്ങിയതോടെ ചന്ദ്രബിംബം വിളറിവെളുത്തു. പറഞ്ഞറിയിക്കാനാവാത്ത ഒരസ്വാസ്ഥ്യം അതിന്റെ മുഖ മാകെപ്പടർന്നു.

അത്ഭുതഭാവത്തിൽ ആകാശമാകെ ചിന്തിച്ചും മിഴിച്ചും നില്ക്കെ അത് കൂടുതൽ കൂടുതൽ നീലിമയാർന്നുകൊണ്ടിരുന്നു. അതിന്റെ അസ്വാസ്ഥ്യം ഏറിവന്നു. മനുഷ്യരുടെ ലോകത്തുനിന്നു രക്ഷപ്പെടാനും ഈന്തപ്പനകളെ ഒഴിവാക്കാനും അവ കൂടുതൽ തിരക്കുകൂട്ടുന്നതുപോലെ തോന്നി. ചന്ദ്രനേയും പിന്നിലുപേക്ഷിച്ച് രക്ഷപ്പെടാൻ തിരക്കു കൂട്ടുകയാണത്. ചന്ദ്രനോ കിഴക്കു ചെന്നൊളിക്കുന്നു. എന്നാലോ, ഇരു ട്ടിന്റെ ദൃഢതയുള്ള നഗ്നശിഖരങ്ങൾ മുറിവേല്പിച്ചു കൊല്ലാൻ നിശ്ച യിച്ച മട്ടിൽ മൗനംവെടിയാതെ അപരിചിതവും ഉന്നതമായ ആകാശത്തി ലേക്ക് തുളഞ്ഞിറങ്ങുകയാണിപ്പോഴും. നക്ഷത്രങ്ങൾ ഏതെല്ലാം രീതി കളിൽ കണ്ണിറുക്കിക്കാട്ടിയാലും വൃക്ഷശിഖരങ്ങൾക്ക് ഒരു കുലുക്കവു മില്ല.

ഒരു നിലവിളിയോടെ ഭീകരരൂപിയായ ഏതോ രാപ്പക്ഷി പറന്നു പോയി.

പൊടുന്നനവെ ഞാനൊരു പാതിരാച്ചിരി കേൾക്കുന്നു. ഉറങ്ങുന്ന വരെ ഉണർത്തേണ്ടെന്നു കരുതിയ മാതിരിയൊരമർത്തിപ്പിടിച്ച ചിരി. എന്നാലും ചുറ്റുമുള്ള അന്തരീക്ഷമാകെ ഈ ചിരി അലയടിക്കുന്നു. പാതിരാവ്, അടുത്ത് ആരുമില്ല. ചിരിച്ചത് ഞാൻ തന്നെയാണെന്ന് പെട്ടെന്ന് തിരിച്ചറിവുണ്ടാകുന്നു. പൊടുന്നനവെ ഈ ചിരിയെന്നെ എന്റെ മുറിയിലേക്ക് തിരികെക്കൊണ്ടുപോകുന്നു. പൊടുന്നനവെ ഞാൻ വിളക്കുകെടുത്തുന്നു.

പെട്ടെന്നതാ പിന്നിലെ ജനൽചില്ലകളിലൊരു പടപടാശബ്ദം കേൾക്കുന്നു. ചെറുകീടങ്ങളുടെ വൻപടവന്ന് ചില്ലകളിലടിക്കുകയാണ്. ചിലത് പഴുതുകളിലൂടെ അകത്തുകടന്ന് വിളക്കുചിമ്മിനിയിൽ തലതല്ലി ഒച്ചവെക്കുന്നു. അതിലൊന്ന് അകത്തേ ജ്വാലയിൽ ചെന്നുവീണ് കത്തിക്കരിഞ്ഞു. വിളക്കിന്റെ ജ്വാല യഥാർത്ഥമാണെന്ന് ഞാൻ സങ്കല്പിക്കുന്നു. കടലാസിന്റെ വിളക്കുമറയിൽ കിതപ്പടക്കാനാവാതെ ഒന്നുരണ്ടെണ്ണമിരിക്കുന്നതും കണ്ടു. ഇന്നലെ രാത്രി മാറ്റിവച്ച വിളക്കുമറയാണ്. മഞ്ഞുപോലെ വെളുത്ത കടലാസ്. അത് തിരമാലകൾപോലെയാക്കി മടക്കിവച്ചിരിക്കുന്നു. അതിന്റെ ഒരു മൂലയിലായി രക്തംപോലെ തുടുത്ത ഒരു കുല ഗാഡീനിയാ പൂക്കൾ.

രക്തം പോലെ തുടുത്ത ഈ പൂക്കൾ വിടർന്നാൽ തിളക്കമാർന്ന തളിരിലകളാൽ കുനിഞ്ഞുനില്ക്കുന്ന ഈന്തപ്പനമരങ്ങൾ കുഞ്ഞു പിങ്കുപൂക്കളുടെയാ സ്വപ്നം ഒരിക്കൽകൂടി കാണാൻ തുടങ്ങും... പാതിരാച്ചിരി ഞാൻ വീണ്ടും കേൾക്കും. തിരക്കിട്ട് ചിന്തകളുടെ ഒഴുക്കു മറിച്ച് വിളക്കുമറയ്ക്കു മുകളിലിരുന്ന പച്ചനിറമുള്ള ആ ചെറുപ്രാണികളെ ഒന്നുകൂടി നോക്കിക്കാണുന്നു. വലിയ തലയും ചെറിയ വാലുമുള്ള ഈ വിചിത്രജീവികൾക്ക് ഒരു ഗോതമ്പുമണിയുടെ പാതിവലിപ്പം മാത്രമേയുള്ളൂ. ആരാദ്ധ്യവും അനുകമ്പാർഹവുമായ പച്ചനിറമാണെല്ലാറ്റിനും.

കോട്ടുവായിട്ടുകൊണ്ട് ഒരു സിഗരറ്റു കത്തിച്ചശേഷം വിളക്കിനു മുമ്പിൽ മൗനിയായിനിന്ന് പച്ചനിറമുള്ള അതിവിശിഷ്ടമായ ഈ വീരകേസരികൾക്കുള്ള അർച്ചനയായി ഞാൻ പുകയൂതി വിടുന്നു.

സെപ്തംബർ 15, 1924.

നിഴലിന്റെ യാത്രാമൊഴി

സമയബോധം നഷ്ടപ്പെടുവോളം കിടന്നുറങ്ങിയാൽ നിങ്ങളുടെ നിഴൽ നിങ്ങളുടെ മുമ്പിൽവന്നുനിന്ന് യാത്രാമൊഴിയായി ഇങ്ങനെ പറയും:

‘‘സ്വർഗ്ഗത്തിൽ ഞാനിഷ്ടപ്പെടാത്ത ചിലതുണ്ട്: എനിക്കവിടെ പോകാനാഗ്രഹമില്ല. നരകത്തിൽ ഞാനിഷ്ടപ്പെടാത്ത ചിലതുണ്ട്. എനിക്കവിടെ പോകാൻ ആഗ്രഹമില്ല. ഭാവിയിലെ നിങ്ങളുടെയാ സുവർണ്ണ ലോകത്തിൽ ഞാനിഷ്ടപ്പെടാത്ത ചിലതുണ്ട്. എനിക്കവിടെ പോകണമെന്നില്ല.”

“ഞാനിഷ്ടപ്പെടാത്തത് നിങ്ങളെയാണെങ്കിലും.

“സ്നേഹിതാ, ഇനിയങ്ങോട്ട് ഞാൻ നിങ്ങളുടെ പിന്നാലെയുണ്ടാവില്ല. ഇവിടെ തങ്ങാൻ ഞാനിഷ്ടപ്പെടുന്നില്ല.”

ഞാനിഷ്ടപ്പെടുന്നില്ല!

“ഓ, ഇല്ല ഞാനിഷ്ടപ്പെടുന്നില്ല. ഒന്നുമില്ലായ്മയിൽ അലഞ്ഞുതിരിയുകയാവും ഭേദം.”

“ഒരു നിഴൽ മാത്രമാണ് ഞാൻ. നിങ്ങളെയുപേക്ഷിച്ച് ഞാൻ ഇരുട്ടിൽ ചെന്നു മുങ്ങും. എന്നെ ഇരുട്ടുവിഴുങ്ങും. അദൃശ്യനാവാൻ വെളിച്ചമെന്നെ തുണയ്ക്കും. എന്നാലോ വെളിച്ചത്തിനും നിഴലിനുമിടയിലലയാൻ എനിക്കാഗ്രഹമില്ല. ഇരുട്ടിലാണ്ടു പോകുന്നതാവും തമ്മിൽ ഭേദം.

ഇങ്ങനെയാണെന്നാലും വെളിച്ചത്തിനും നിഴലിനുമിടയിലലയുകയല്ലോ ഞാനിപ്പോഴും. നേരം ഇരുണ്ടോ വെളുത്തോ എന്നറിയാതെയുള്ള അലച്ചിലിന്റെ ഒരു കോപ്പ വീഞ്ഞ് കാലിയാക്കാനെന്നമട്ടിൽ ചാരനിറമുള്ള എന്റെ കൈ ഉയർത്താനേ എനിക്കറിയാവൂ. സമയബോധം നഷ്ടമാകു

മ്പോൾ ഒറ്റയ്ക്ക് ഞാൻ നടന്ന് അങ്ങ് വിദൂരതയോളം സഞ്ചരിക്കും.

കഷ്ടം! സന്ധ്യയെങ്കിൽ ഇരുണ്ട രാത്രിവന്ന് എന്നെ വിഴുങ്ങും. പ്രഭാതമെങ്കിൽ വെളിച്ചത്തിൽ അദൃശ്യനാവാൻ നിർബ്ബന്ധിതനാവും.

"ചങ്ങാതീ, സമയം കൈയിലായിരിക്കുന്നു."

"ഒന്നുമില്ലായ്മയിലലഞ്ഞുതിരിയാൻ ഇരുട്ടിലേക്ക് കടന്നു ചെല്ലുകയാണ് ഞാൻ."

"ഇപ്പോഴും നീ എന്നിൽ നിന്നൊരു പാരിതോഷികം പ്രതീക്ഷിക്കുന്നുണ്ട്. നല്കാൻ എനിക്കെന്താണുള്ളത്? നീ നിർബ്ബന്ധിക്കുന്ന പക്ഷം അതേ ഇരുട്ടും ഒന്നുമില്ലായ്മയും തന്നെ നല്കും. പക്ഷേ, നിന്റെ പകൽ വെളിച്ചത്തിൽ നഷ്ടമാകാനിടയുള്ള ഇരുട്ടിനെ മാത്രമേ പക്ഷേ, എനിക്കാവശ്യമുള്ളൂ എന്നുമാത്രം. ഒരിക്കലും നിന്റെ ഹൃദയത്തെ കീഴടക്കാനിടയില്ലാത്ത ഒന്നുമില്ലായ്മയായിരിക്കണമതെന്നു മാത്രമേ ഞാനാഗ്രഹിക്കുന്നുള്ളൂ.

"ഞാനാഗ്രഹിക്കുന്നത് ഇതാണ് സ്നേഹിതാ –

"നിന്നെ മാത്രമല്ല, മറ്റു നിഴലുകളേയും ഒഴിവാക്കാനിടയുള്ള ഏറെ അകലെയായി സ്ഥിതിചെയ്യുന്ന ആ ഇരുട്ടിലേക്ക് ഒറ്റയ്ക്ക് പോകാൻ ഞാനിഷ്ടപ്പെടുന്നു. ഇരുട്ടിൽ മുങ്ങി ഒറ്റയ്ക്കു ഞാൻ. ആ ലോകം മുഴുവനായാലും എന്റേതായിരിക്കും."

സെപ്തംബർ 24, 1924.

തെണ്ടികൾ

വെറും പൊടിയിലൂടെ ക്ഷീണിതനായി നടന്ന് ദ്രവിച്ചു വീഴാറായ വലിയൊരു മതിൽ ചുറ്റുകയാണ് ഞാൻ. നിരവധിയാളുകൾ ഒറ്റയ്ക്കൊറ്റയ്ക്ക് നടന്നുപോകുന്നുണ്ട്. ഉയർന്നുനില്ക്കുന്ന ആ ഭിത്തിക്കുമുകളിൽ ഇനിയും ഇലകളുണ്ടായിട്ടില്ലാത്ത വൃക്ഷങ്ങൾ തലയുയർത്തിനിന്ന് ഇളംകാറ്റിൽ ഇളകിയാടുന്നതു കാണാം.

ഇളംകാറ്റ്. നേർത്തപൊടി. ഒരു കുട്ടി മുമ്പിൽവന്നുനിന്ന് ഭിക്ഷ ചോദിച്ചു. മറ്റുള്ളവരെപ്പോലെ അവനും വരയുള്ള ഉടുപ്പു ധരിച്ചിരിക്കുന്നു. ദുഃഖിതനാണെന്നു കണ്ടാൽ തോന്നില്ല. എങ്കിലും വഴിതടഞ്ഞ് മുമ്പിൽ കുമ്പിടുന്നു. കൈനീട്ടുന്നു. ചിണുങ്ങിക്കൊണ്ട് പിന്നാലെ വരുന്നു.

ഈ കുട്ടിയുടെ ശബ്ദം, സ്വഭാവം, ഒന്നും എനിക്കിഷ്ടപ്പെടുന്നില്ല. മുഖത്തെ സങ്കടരഹിതഭാവം വെറും കളിപ്പീരാണെന്ന് എനിക്കു തോന്നുന്നു. അതും എന്റെ പിന്നാലെ തന്നെ നടക്കുന്ന രീതിയും എനിക്ക് തീരെ പിടിക്കുന്നില്ല. ഞാൻ നടത്തം തുടരുന്നു. എന്നെപ്പോലെ എത്രയോ ആളുകൾ ഒറ്റയ്ക്കൊറ്റയ്ക്ക് നടന്നുപോകുന്നു. കാറ്റ് വീശുന്നു. എല്ലാം പൊടിമയമാകുന്നു.

ഒരു കുട്ടി എന്റെ മുമ്പിൽവന്ന് ഭിക്ഷയ്ക്കായി കൈനീട്ടുന്നു. മറ്റുള്ളവരെപ്പോലെ അവനും വരയുള്ള ഉടുപ്പ് ധരിച്ചിരിക്കുന്നു. അവന് ദുഃഖമുണ്ടെന്ന് കണ്ടാൽ തോന്നുകയില്ല. പക്ഷേ, ഒന്നും മിണ്ടുന്നില്ല. മൂകാഭിനയം പോലെ എനിക്കുനേരെ കൈനീട്ടുന്നു.

ഈ മൂകാഭിനയം എനിക്കിഷ്ടമാകുന്നില്ല. അവന് മിണ്ടാൻ കഴിയില്ലെന്ന് എനിക്കൊട്ടു തോന്നിയതുമില്ല. യാചനയുടെ ഒരു രീതിയാണിതെന്ന് വരാം. അവന് ഞാനൊന്നും കൊടുക്കുന്നില്ല. ഞാനത് ആഗ്രഹിക്കുന്നില്ല. ഭിക്ഷ നല്കുന്നവർക്കെല്ലാം മുകളിലാണ് എന്റെ

സ്ഥാനം. വെറുപ്പും സംശയവും വിരോധവും മാത്രമേ എനിക്കവനോടുള്ളു.

പൊളിഞ്ഞുവീണുകിടക്കുന്ന ഒരു മൺ കയ്യാലയ്ക്കു ചുറ്റും നടക്കുകയാണ് ഞാൻ. അതിന്റെ വിള്ളലുകളിൽ ഇഷ്ടികക്കഷ്ണങ്ങൾ കൂമ്പാരമായിക്കിടന്നു. മതിലിനപ്പുറം ശൂന്യതയാണ്. ഇളംകാറ്റുവീശിയപ്പോൾ ശരത്ക്കാലത്തെ തണുത്ത വായു എന്റെ ഉടുപ്പിനുള്ളിൽ കുളിരുകോരിയിട്ടു. എല്ലാം പൊടിമയമാകുന്നു...

പിച്ചതെണ്ടാൻ ഏതു രീതി ഉപയോഗിക്കണമെന്നാണ് ഞാനിപ്പോൾ ആലോചിക്കുന്നത്. ഏതു ശബ്ദത്തിൽ ചോദിക്കണം? ഏതു മാതിരി മൂകാഭിനയം പുറത്തെടുത്താലാണ് മിണ്ടാൻ കഴിയാത്തവനാണെന്ന ധാരണ ഉണ്ടാക്കാൻ കഴിയുക?....

നിരവധിയാളുകൾ ഒറ്റയ്ക്കൊറ്റയ്ക്ക് കടന്നുപോകുന്നുണ്ട്.

ഞാൻ പിച്ച സ്വീകരിക്കില്ല. പിച്ച നല്കാനുള്ള ആഗ്രഹംപോലും എനിക്കു സ്വീകാര്യമല്ല. പിച്ച നല്കുന്നവരേക്കാൾ മുകളിലാണ് തങ്ങളെന്ന് സ്വയം വിചാരിക്കുന്നവരുടെ വെറുപ്പും സംശയവും വിരോധവുമാണ് എനിക്കു വേണ്ടത്. അതു മാത്രമേ ഞാൻ സ്വീകരിക്കൂ.

നിഷ്ക്രിയമായി നിശ്ശബ്ദമായി ഞാൻ പിച്ച തെണ്ടുന്നു.

അവസാനം ഒന്നുമില്ലായ്മയെ സ്വീകരിക്കുന്നു.

ഒരിളംകാറ്റ് വീശാൻ തുടങ്ങുന്നു. എല്ലാം പൊടിമയമാകുന്നു. ഒറ്റയ്ക്കൊറ്റയ്ക്ക് വേറെയും പലരും നടന്നുപോകുന്നു.

പൊടി..... പൊടി.......

....

പൊടി....................

സെപ്തംബർ 24, 1924.

നഷ്ടപ്രണയിനി

(പഴയ ക്ലാസിക് ശൈലിയിലൊരു പുതിയതരം പദ്യം)

മലഞ്ചെരുവിൽ താമസിക്കുന്നെന്റെ പ്രണയിനി,
കാണാൻ കൊതിയുണ്ട് പക്ഷേ, മലയ്ക്ക് ഭയങ്കര പൊക്കം;
നിസ്സഹായനായി തലകുനിച്ചപ്പോൾ
കണ്ണീർധാര നീണ്ട കുപ്പായത്തെ നനച്ച് നിറഞ്ഞൊഴുകി
ചിത്രശലഭങ്ങളാൽ പരിശോഭിതമായ തൂവാല അവളെനിക്കു
    സമ്മാനിച്ചു
പകരം ഞാനെന്തു നല്കും? നത്തുകളെ
എന്തുകൊണ്ടെന്നറിയില്ല, യെന്നാൽ എന്തൊരാശ്ചര്യം!
പിറുപിറുത്തും പരിഭവിച്ചും പിന്തിരിയുന്നെന്റെ പ്രണയിനി

നഗരഹൃദയത്തിൽ താമസിക്കുന്നെന്റെ പ്രണയിനി,
കാണാൻ കൊതിയുണ്ടെന്നാൽ ആൾത്തിരക്കിനെ പേടിയാവുന്നു
നിസ്സഹായനായി മിഴിച്ചുനില്ക്കേ കണ്ണീർ തുള്ളികൾ ചെവിയിലേ
    ക്കിറങ്ങിച്ചെന്നു
രണ്ടിണക്കുരുവികളുടെ ചിത്രം അവളെനിക്കു സമ്മാനിച്ചു
പഞ്ചാരക്കുഴമ്പിൽ വരട്ടിയ 'ഹോ'പ്പഴങ്ങൾ ഞാൻ പകരം നല്കി.
കോപംകൊണ്ടവൾ മുഖംതിരിച്ചു, ഞാനോ നടുക്കടലിലുമായി.

പുഴക്കരയിൽ താമസമെന്റെ പ്രണയിനി,
കാണാൻ കൊതിയുണ്ടെന്നാൽ പുഴയുടെ ആഴം ഭയപ്പെടുത്തുന്നു;
നിസ്സഹായനായി കുനിഞ്ഞുനിന്ന് കണ്ണീർ വീഴ്ത്തിയപ്പോൾ
കുപ്പായ ക്കോളറാകെ കണ്ണുനീരിൽ കുതിർന്നു.
പൊന്നിൽ തീർത്ത വാച്ചു ചെയിൻ അവളെനിക്കു നല്കിയ
    സമ്മാനം

പകരം ഞാൻ നല്കിയതോ വിയർക്കുന്നതിനുള്ള മരുന്ന്!
എന്തുകൊണ്ടെന്നറിയില്ല അവൾ ക്ഷോഭിച്ച് മുഖം തിരിച്ചു.
എന്റെ മനോനിലയുടെ താളംതെറ്റി.

ധനികഭവനത്തിൽ താമസമെന്റെ പ്രണയിനി,
ചെന്നു കാണാൻ കൊതിയുണ്ടെന്നാൽ കാറില്ലാത്തതിനാൽ
പോകാൻ കഴിയില്ല;
നിസ്സഹായനായി തലകുടഞ്ഞപ്പോൾ അടുത്തും അകലെയുമായി
കണ്ണുനീർ ചിതറിത്തെറിച്ചു.
അവളെനിക്കു ഒരു റോസാപ്പൂ നല്കി
തവിട്ടു സർപ്പങ്ങളെ ഞാൻ പകരം നല്കി
അവൾ കോപിച്ച് മുഖം തിരിച്ച് നടന്നുപോയി.
എന്തുകൊണ്ട്? അവളെ ചെകുത്താൻ കൊണ്ടുപോട്ടെ!

ഒക്ടോബർ 3, 1924.

പ്രതികാരം

മനുഷ്യ ചർമ്മത്തിന് ഒരു മില്ലി മീറ്ററിൽ കുറഞ്ഞ കട്ടിയാണെന്നുറപ്പ്. അതിനു താഴെ, ഒന്നിനുമേലൊന്നായി കയറിപ്പറ്റി ഭിത്തികളിലൂടെ ഇഴഞ്ഞുനീങ്ങാറുള്ള കരിമ്പടപ്പുഴുക്കളുടേതിനേക്കാൾ കട്ടിയായി അടുക്കിവച്ച രക്തലോമികകളുടെ വലക്കണ്ണികളിലൂടെ ഇളം ചൂടു പ്രസരിച്ച് ചുടുചോര ഇരച്ചുകയറുന്നു. നാം മനുഷ്യർ ആനന്ദിപ്പിക്കുന്നതും, വശീകരിക്കുന്നതും ഉത്തേജിതരാകുന്നതും പരസ്പരം കെട്ടിപ്പിടിച്ച് ഒന്നാകാനുള്ള അടങ്ങാത്ത ആവേശവുമായി അന്യോന്യം ആകർഷിക്കുന്നതും ഉമ്മവെക്കുന്നതും ആലിംഗനത്തിൽ ഒന്നാകുന്നതും ആ രീതിയിൽ ജീവിക്കാനുള്ള മൂർച്ഛയുടെ ലഹരിയിലാറാടുന്നതുമെല്ലാം ഈ ചോരയുടെ കളികളാണ്.

എന്നാൽ മൂർച്ചയുള്ള കത്തിയെടുത്ത് ഒറ്റക്കുത്ത്, പീച്ച് പഴത്തിന്റെ നിറമുള്ള ഈ തൊലിയിൽ നെടിയൊരു കീറുവീഴ്ത്തി അസ്ത്രംപോലെ, ചുവന്ന രക്തം പുറത്തേക്ക് ചീറ്റിത്തെറിച്ച് അതിന്റെ മുഴുവൻ ചൂടിലും നേരേ മുമ്പിൽ നില്ക്കുന്ന കൊലയാളിയെ കുളിപ്പിക്കും. തുടർന്ന് തണുത്ത ചില നിശ്വാസങ്ങൾ. വിവർണ്ണമായ ചുണ്ടുകളുടെ ദൃശ്യം കൊണ്ടയാൾ സ്വയം മറന്നുപോകുന്ന നിമിഷങ്ങൾ. ജീവിതത്തിന്റെ ഇന്ദ്രിയാതീതമായ ആ പരമാനന്ദമൂർച്ഛ അയാൾ അനുഭവിച്ചറിയുന്നു. കൊല്ലപ്പെട്ടവനോ, ജീവിതത്തിന്റെ ഇന്ദ്രിയാതീതമായ പരമാനന്ദമൂർച്ഛയിലയാളും എന്നെന്നേക്കുമായി ആമഗ്നനാകുന്നു.

സംഗതി ഇതായിരിക്കേ, കൊന്നവനും കൊല്ലപ്പെട്ടവനും പരസ്പരം കത്തിയോങ്ങി അപാരമായ വന്യവിജനതയിൽ നൂൽബന്ധമില്ലാതെ മുഖാമുഖം നില്ക്കുകയാണ്.

പരസ്പരാലിംഗനത്തിൽ ഇരുവരും ഒന്നാകുന്നു. പരസ്പരം

കൊല്ലുന്നു...

നാലുഭാഗത്തുനിന്നും വഴിപോക്കർ ഓടിയെത്തുന്നു. ചുവരിലൂടെ ഇഴയുന്ന കരിമ്പടപ്പുഴുക്കളെപ്പോലെ കട്ടിയിൽ അടുക്കിവയ്ക്കപ്പെട്ട് ഒന്നായി, അല്ലെങ്കിൽ ഉപ്പിലിട്ട മീൻതല വലിച്ചു നീങ്ങുന്ന ഉറുമ്പിൻ ക്കൂട്ടങ്ങളെ പോലെ..... മോടിയിൽ വസ്ത്രധാരണം നിർവ്വഹിച്ചിട്ടു ണ്ടെങ്കിലും എല്ലാവരുടേയും കൈകൾ ശൂന്യം. എങ്കിലും നാലുഭാഗത്തു നിന്നും അവർ ധൃതിപ്പെട്ട് വരുന്നു. ആലിംഗനമോ അറുംകൊലയോ കണ്ട് കണ്ണ് കുളിർപ്പിക്കാൻ സാഹസികമായി കഴുത്തുകൾ വളയ്ക്കുന്നു. സംഭവം നടന്നു കഴിഞ്ഞപ്പോൾതന്നെ വിയർപ്പിന്റെയോ രക്തത്തിന്റെയോ രുചി സ്വന്തം രസനകളിൽ മുൻകൂട്ടി അനുഭവിച്ചറിയുന്നവരാണിവർ.

അനന്തകാലംവരെ, അവരുടെ ജീവനുള്ള ശരീരങ്ങൾ മുഴുവനായും ഏതാണ്ട് മുരടിച്ചു പോകുംവരെ, എന്നാൽ പരസ്പരം കെട്ടിപ്പുണരാനോ കൊല്ലാനോ ഇത്തിരിപ്പോലും ആഗ്രഹിക്കാതെ ഇവർ ഈ നില തുടർന്നു കൊണ്ടിരിക്കും.

കാഴ്ചക്കാർക്ക് മടുക്കുന്നു. രോമകൂപങ്ങളിലൂടെയെല്ലാം മടുപ്പ് ഇറങ്ങിച്ചെല്ലുന്നതായി അവരറിയുന്നു. മടുപ്പ് ഹൃദയത്തിൽനിന്ന് ശരീര രന്ധ്രങ്ങളിൽവീണ് വെളിയിലേക്ക് കിനിഞ്ഞിറങ്ങുന്നതും അവരറിയുന്നു. ഒഴുകിയൊഴുകിയത് വന്യവിജനതയാകെ പടരുന്നു. അന്യരുടെ ശരീര രന്ധ്രങ്ങളിലേക്ക് ഒഴുകിച്ചെല്ലുന്നു. അവരുടെ തൊണ്ടകളും ചുണ്ടുകളും വരണ്ടുപോകുന്നു. കഴുത്തുകൾ കഴയ്ക്കുന്നു. അവസാനമവരിരുവരും ശൂന്യമായ നോട്ടങ്ങൾ പരസ്പരം കൈമാറിയശേഷം ശരീരശോഷണ ത്തിന്റെ മൂർദ്ധന്യത്തിൽ ജീവിതാസക്തിപോലും പൂർണ്ണമായും നഷ്ട പ്പെട്ട് പരസ്പരം വേർപെട്ട് പതുക്കെ പതുക്കെ പിരിഞ്ഞുപോകുന്നു.

ആകപ്പാടെ പിന്നെ ബാക്കിയാവുന്നത് വന്യവിജനത മാത്രം. മുരടി പ്പിന്റെയാ മൂർദ്ധന്യാവസ്ഥയിലും കത്തി നിവർത്തി ഉയർത്തിപ്പിടിച്ച് നൂൽബന്ധമില്ലാതെനിന്ന് ഇരുവരും ഏറ്റുമുട്ടുന്നു. സ്വന്തം കണ്ണുകൾക്ക്, മരിച്ചവരുടേതുപോലുള്ള സ്വന്തം കണ്ണുകൾക്ക്, വഴിയേ പോകുന്നവരുടെ ശരീരശോഷണംകൊണ്ട്, അവരുടെ കൂട്ടക്കൊലകൊണ്ട് വിരുന്നൊരുക്കി യശേഷം, ജീവിതത്തിന്റെ ഇന്ദ്രിയാതീതവും പരമവുമായ ആനന്ദമൂർച്ഛ യിൽ എന്നെന്നേക്കുമായി ഇരുവരും ആണ്ടുപോകുന്നു.

ഡിസംബർ 20, 1924.

പ്രതികാരം 2

ദൈവപുത്രനായി, ഇസ്രായേലികളുടെ തമ്പുരാനായി സ്വയം കരുതിയതുകൊണ്ട് അവർ അവനെ കുരിശിലേറ്റി.

ഭടന്മാർ ചുവന്ന വസ്ത്രമണിയിക്കുന്നു. മുൾക്കിരീടം ചാർത്തുന്നു. അവന് സുഖാശംസകൾ നേരുന്നു. പിന്നെ ആ ശിരസ്സിൽ ചൂരൽ കൊണ്ടടിക്കുന്നു. മുഖത്ത് തുപ്പുന്നു. മുട്ടുമടക്കി അവനു മുമ്പിൽ നമസ്കരിക്കുന്നു. ഈ രീതിയിലെല്ലാം പരിഹസിച്ചശേഷം ചുവന്ന വസ്ത്രം അഴിച്ചുമാറ്റി മുന്നേപ്പോലെ പഴയ ഉടുപ്പണിയാനനുവദിക്കുന്നു.

നോക്കൂ, എങ്ങനെ അവരവനെ ചൂരൽകൊണ്ടടിച്ചെന്ന്, അവന്റെ മുഖത്ത് തുപ്പിയെന്ന് അവനു മുമ്പിൽ മുട്ടുമടക്കി നമസ്കരിച്ചെന്ന്....

മിറയെന്ന സുഗന്ധപ്പശ ചേർത്തു വീര്യപ്പെടുത്തിയ വീഞ്ഞ് അവനു വേണ്ട. ഇസ്രായേലികൾ തങ്ങളുടെ ദൈവപുത്രനോട് പെരുമാറുന്നതെങ്ങനെയെന്ന് നേരിൽ കാണാൻ സുബോധം നിലനിർത്തണമെന്നാഗ്രഹമുണ്ടവന്. അവരുടെ ഭാവിയെ അനുകമ്പയോടെ സ്വീകരിക്കാനും വർത്തമാനത്തെ വെറുക്കാനുംവേണ്ടി കൂടുതൽകാലം ജീവിക്കാൻ അവൻ ആഗ്രഹിക്കുന്നു.

ചുറ്റും നിന്ദ്യവും അനുകമ്പാർഹവുമായ വെറുപ്പുമാത്രം.

അതാ, ചുറ്റികകൊണ്ടു മേടുന്നത് കേൾക്കുന്നു. ആണികൾ അവന്റെ കൈപ്പടങ്ങളെ തുളച്ച് താഴോട്ടിറങ്ങുന്നു. എന്നാൽ അനുകമ്പാർഹരായ ഈ ജീവികൾ തങ്ങളുടെ ദൈവപുത്രനെ ക്രൂശിക്കുകയാണെന്ന അറിവ് അവന്റെ എല്ലാ വേദനകൾക്കും ശമനമേകുന്നു. ചുറ്റികയുടെ ഒച്ച കേൾക്കുന്നു. ആണികൾ അവന്റെ പാദങ്ങളെ തുളച്ച് താഴോട്ടിറങ്ങുന്നു.... വേദന ഹൃദയത്തിലേക്കും മജ്ജയിലേക്കും തുളച്ചിറങ്ങുന്നു. എന്നാൽ ഗർഹണീയരായ ഈ ജീവികൾ തങ്ങളുടെ ദൈവപുത്രനെ

ക്രൂശിക്കുകയാണെന്ന യാഥാർത്ഥ്യം വേദനയിൽ അവന് ആശ്വാസമേകുന്നു. അവർ കുരിശ് എടുത്തുയർത്തുന്നു. അവൻ അന്തരീക്ഷത്തിൽ തൂങ്ങിനില്ക്കുന്നു.

അവൻ മിറയെന്ന സുഗന്ധപ്പശ ചേർത്ത വീഞ്ഞ് പാനം ചെയ്തിട്ടില്ല. ഇസ്രായേലികൾ തങ്ങളുടെ ദൈവപുത്രനോട് പെരുമാറുന്നതെങ്ങനെയെന്ന് നേരിട്ട് കണ്ട് മനസ്സിലാക്കാനായി സുബോധം നിലനിർത്താൻ അവൻ ആഗ്രഹിക്കുന്നു. അവരുടെ ഭാവിയോട് സഹതപിക്കാനും വർത്തമാനത്തെ വെറുക്കാനും കൂടുതൽ കാലം ജീവിച്ചിരിക്കാൻ ആഗ്രഹിക്കുന്നു.

വഴിപോക്കർ അവനെ അധിക്ഷേപിക്കുകയും ശപിക്കുകയും ചെയ്യുന്നു. മുഖ്യപുരോഹിതരും പണ്ഡിതരും എഴുത്താളരും പരിഹസിക്കുന്നു. തനിക്കൊപ്പം കുരിശിലേറ്റപ്പെടാനൊരുക്കി നിർത്തപ്പെട്ട രണ്ടു തിരുടന്മാരും അവനെ അപഹസിക്കുന്നു.

തനിക്കൊപ്പം കുരിശിലേറാനിരിക്കുന്ന തിരുടന്മാർപോലും ..... അവനു ചുറ്റും അനുകമ്പാർഹവും നിന്ദ്യവുമായ വെറുപ്പ്.

കൈപ്പടങ്ങളുടെയും, പാദങ്ങളുടെയും വേദനയിൽനിന്ന് ദൈവപുത്രനെ കുരിശിലേറ്റുന്ന അനുകമ്പാർഹരായ ജീവികളുടെ സങ്കടം അവൻ അനുഭവിച്ചറിയുന്നു. ദൈവപുത്രനെ കുരിശിലേറ്റുന്ന നിന്ദ്യരായ ജീവികളുടെ സന്തോഷം അവൻ അനുഭവിച്ചറിയുന്നു. ദൈവപുത്രൻ മരിക്കാൻ പോവുകയാണെന്നറിയുന്നവരുടെ സന്തോഷം അനുഭവിച്ചറിയുന്നു. നുറുങ്ങുന്ന അസ്ഥികളിൽനിന്ന് വേദന പൊടുന്നനവെ അവന്റെ ഹൃദയത്തിലേക്കും മജ്ജയിലേക്കും ആഴ്ന്നിറങ്ങുന്നു. അളവില്ലാത്ത ആനന്ദമൂർച്ഛയും അനുതാപവുംകൊണ്ട് അവൻ ഉന്മത്തനായി മാറുന്നു.

ആർദ്രതയുടെയും ഗർഹണീയതയുടെയും കഠിനവേദനയിൽ അവന്റെ വയർ താഴുകയും പൊന്തുകയും ചെയ്തുകൊണ്ടിരുന്നു.

ഭൂമിയാകെ ഇരുട്ടിലാഴുന്നു.

“ഏലോയ്, ഏലോയ് ലമ സാബക് താനി?” (എന്റെ ദൈവമേ, എന്റെ ദൈവമേ, നീ എന്നെ കൈവിട്ടിരിക്കുന്നതെന്ത്?”

ദൈവം കൈവിട്ടിരിക്കുന്നതുകൊണ്ട് അവനിപ്പോൾ മനുഷ്യപുത്രൻ മാത്രമായിരിക്കുന്നു. എന്നാൽ ഈ ഇസ്രായേലികൾ മനുഷ്യപുത്രനെയും ക്രൂശിക്കുകയാണ്.

ഏറ്റവും കൂടുതൽ ചോരയും തീട്ടവും നാറുന്നത് ദൈവപുത്രനെ ക്രൂശിക്കുന്നവരെയല്ല. മനുഷ്യപുത്രനെ ക്രൂശിക്കുന്നവരെയാണ്.

ഡിസംബർ 20, 1924.

പ്രതീക്ഷ

അനിതരസാധാരണമാംവിധം ഏകാന്തമായിരിക്കുന്നു എന്റെ ഹൃദയം.

എങ്കിലെന്ത്, സ്നേഹമോ വെറുപ്പോ സന്തോഷമോ സങ്കടമോ നിറമോ ശബ്ദമോ ഒന്നുമറിയാതെ അത് എത്രയും പ്രശാന്തമായിരിക്കുകയല്ലേ.

വയസ്സേറുകയാണ്. തീർച്ചയായുമീയുള്ളവന് തലമുടി വെളുത്തു വരികയാണെന്നതൊരു യാഥാർത്ഥ്യമല്ലയോ?

കൈകൾ വിറയ്ക്കാൻ തുടങ്ങിയിട്ടുണ്ടെന്നതും സത്യമല്ലയോ? അങ്ങനെയെങ്കിൽ എന്റെ സത്തയുടെ കൈകളും വിറയ്ക്കാൻ തുടങ്ങിയിരിക്കണം. അതിന്റെ മുടിയിഴകളും വെളുക്കാൻ തുടങ്ങിയിട്ടുണ്ടാവണം.

പക്ഷേ, ഏറെക്കാലമായി അത് അങ്ങനെതന്നെയാണ്.

അതിനും മുമ്പ് എന്റെ ഹൃദയം രക്തദാഹികളുടെ പാട്ടുകളാൽ നിറഞ്ഞുകവിയുകയായിരുന്നു. രക്തവും ഇരുമ്പും അഗ്നിയും വിഷവും പുനരുജ്ജീവനവും പ്രതികാരവും നിറഞ്ഞൊഴുകുന്ന പാട്ടുകളായിരുന്നു അവ. പിന്നെ പെട്ടെന്നെപ്പോഴോ ഹൃദയത്തിൽ ഒന്നുമില്ലാതായി. ചിലപ്പോഴെല്ലാം ബോധപൂർവ്വം ഞാനതിനെ നിഷ്ഫലതയും വഴിതെറ്റിക്കുന്ന പ്രതീക്ഷയും കൊണ്ടു നിറച്ചപ്പോൾ മാത്രം അത് നിറഞ്ഞൊഴുകി. പ്രതീക്ഷ, പ്രതീക്ഷ - ഇരുണ്ട രാത്രിവന്ന് ശൂന്യതയെ ആക്രമിക്കാൻ ശ്രമിച്ചപ്പോൾ അതിനെ ചെറുക്കാനായി ഞാനിതിനെ ഒരു കവചമാക്കി, ഈ കവചത്തിനുപിന്നിലും ഇരുട്ടും ശൂന്യതയും പതുങ്ങി നില്പുണ്ടെന്നറിഞ്ഞുകൊണ്ടുതന്നെ, ഉപയോഗപ്പെടുത്തി. ഈ രീതിയിൽ സാവധാനം ഞാനെന്റെ യൗവനം പാഴാക്കിക്കൊണ്ടിരുന്നു. എന്റെ ചെറുപ്പം എന്നെ വിട്ടുപൊയ്ക്കഴിഞ്ഞെന്ന് തീർച്ചയായും ഞാനറിയുന്നുണ്ട്.

എന്നാൽ എനിക്കു വെളിയിലിപ്പോഴും യൗവനം നിലനില്ക്കുന്നുണ്ടെന്നു തന്നെയാണെന്റെ വിചാരം. നക്ഷത്രങ്ങളും പൂനിലാവും ചിറകൊടിഞ്ഞു വീണ് മുടന്തുന്ന പൂമ്പാറ്റകളും ഇരുട്ടിലെ പൂക്കളും കാലൻകോഴികളുടെ മുന്നറിയിപ്പും രാപ്പാടികളുടെ ചോരക്കണ്ണീരും ചിരിയുടെ അവ്യക്തതയും സ്നേഹത്തിന്റെ നൃത്തവുമെല്ലാം... ഒരുപക്ഷേയിത് ദുഃഖങ്ങളുടെയും അനിശ്ചിതത്വങ്ങളുടെയും യുവത്വമായിരിക്കാം. എങ്കിലെന്ത്, അതും യൗവനം തന്നെയല്ലേ?

എന്നാൽ, ഇപ്പോഴത് ഇത്രയേറെ ഒറ്റപ്പെട്ടുപോയിരിക്കുന്നതെന്തുകൊണ്ടാണ്? എനിക്കു വെളിയിലെ യൗവനം വിടപറഞ്ഞുപോയതുകൊണ്ടാകുമോ? ഈ ലോകത്തിലെ യുവതയെല്ലാം വാർദ്ധക്യമായി മാറിക്കഴിഞ്ഞതുക്കൊണ്ടാകുമോ?

ഇരുണ്ട രാത്രിയോട് ശൂന്യതയിൽ കിടന്ന് ഒറ്റയ്ക്കു മല്ലടിക്കേണ്ടിവരുന്ന പെടോഫി സാൻഡോർ (1827 - 1949) എന്ന കവിയുടെ 'പ്രതീക്ഷയുടെ പാട്ട്' കേട്ട് ഞാനെന്റെ പ്രത്യാശയുടെ പരിച താഴെ വയ്ക്കുന്നു.

"പ്രത്യാശ, എന്താണത്, ഒരു തേവിടിശ്ശിയല്ലാതെ?
ആരെയും ആകർഷിച്ചടുപ്പിക്കും, എല്ലാവർക്കും കൊടുക്കും.
ഓരോരുത്തരും അവരുടെ യൗവനമെന്ന അമൂല്യധനം ബലി കൊടുക്കുംവരെ മാത്രം!"

ഹംഗേറിയൻ ഗീതകാരനും സ്വദേശാഭിമാനിയുമായിരുന്ന ഈ കവി തന്റെ ജന്മനാടിനുവേണ്ടി കൊസാക്കുകളുടെ കുന്തമുനയിൽ ജീവിതമവസാനിപ്പിച്ചിട്ട് ഇപ്പോൾ 75 വർഷമായിരിക്കുന്നു. സങ്കടകരമാണിതെന്നതിനേക്കാൾ സങ്കടകരമായിരിക്കുന്നത് അയാളുടെ കവിത ഇനിയും മരിച്ചിട്ടില്ലെന്നതാകുന്നു.

എന്നാൽ - ജീവിതം, ഹാ എന്തുമാത്രം ദുരിതപൂർണ്ണം - പെടോഫിയെപ്പോലെ ധീരനും ദൃഢചിത്തനുമായ ഒരാൾക്കുപോലും ഇരുണ്ട രാത്രിയുടെ മുമ്പിൽ സ്തബ്ധനായി നിന്ന് വിദൂര പൗരസ്ത്യ നാടുകളിലേക്ക് നോക്കേണ്ടതായി വന്നു.

"പ്രത്യാശപോലെ തന്നെ മറ്റൊരു മേനിനടിക്കലുണ്ട് - നൈരാശ്യം." എന്ന് അദ്ദേഹമെഴുതുകയുണ്ടായി.

ഇരുട്ടോ പ്രകാശമോ അല്ലാത്ത ഈ ഡംഭിനു നടുവിൽ തന്നെ ഇനിയും ജീവിക്കുമെങ്കിൽ, തൊട്ടു വെളിയിൽത്തന്നെയുണ്ടെങ്കിലും യാത്രപറഞ്ഞു പോയിക്കഴിഞ്ഞ സങ്കടങ്ങളുടെയും അനിശ്ചിതത്വങ്ങളുടെയും യൗവനത്തെ തന്നെ ഞാൻ അന്വേഷിച്ചുകണ്ടെത്താൻ ശ്രമിക്കും. എനിക്കു വെളിയിലെ യൗവനം അദൃശ്യമാകുന്ന നിമിഷം എന്റെ വാർദ്ധക്യവും വാടിയുണങ്ങിച്ചിതറിപ്പോകും.

ഇപ്പോൾ നക്ഷത്രങ്ങളും പൂനിലാവുമില്ല. ചിറകൊടിഞ്ഞ ചിത്രശലഭങ്ങളും ചിരിയുടെ അവ്യക്തതകളുമില്ല. സ്നേഹത്തിന്റെ നൃത്തവുമില്ല. യുവാക്കളെല്ലാം സമാധാനമായി ജീവിച്ചുപോകുന്നു. ശൂന്യതയിൽ

ഇരുണ്ട രാത്രിയോട് തനിച്ച് മല്ലടിക്കേണ്ടതുണ്ട്. എനിക്കു വെളിയിലെ യൗവനത്തെ എനിക്കു കാണാൻ കഴിയില്ലെങ്കിലും സ്വന്തം വാർദ്ധക്യത്തിന്റെ അവസാന കുതിപ്പെങ്കിലും ചുരുങ്ങിയ പക്ഷം അനുഭവിച്ചറിയേണ്ടതുണ്ട്. പക്ഷേ, ഇരുണ്ടരാത്രിയെവിടെ? നക്ഷത്രങ്ങളുമില്ല, പൂനിലാവുമില്ല. ചിരിയുടെ അവ്യക്തതയില്ല, സ്നേഹത്തിന്റെ നൃത്തമില്ല. യുവജനങ്ങൾക്ക് പൂർണ്ണ സമാധാനം. എനിക്കു മുമ്പിൽ യഥാർത്ഥമായ ഇരുണ്ട രാത്രികളേയില്ല.

പ്രത്യാശപോലെ നൈരാശ്യവും വെറും വമ്പുപറച്ചിൽ!

1925, പുതുവർഷാരംഭദിനം.

ഹിമം

തെക്കൻനാട്ടിലെ മഴ ഒരിക്കലും തണുത്തുറഞ്ഞ് തിളക്കമാർന്ന ഹിമപാളികളായി മാറിയിട്ടില്ല. ലോകത്തെ അറിയുന്ന മനുഷ്യൻ ഇതിനെ അറുമുഷിപ്പനായ ഒരു സംഗതിയായി കരുതുന്നു. മഴയുമിതിനെ നിർഭാഗ്യകരമായി കാണുന്നുണ്ടാകുമോ? യാംഗ്ട്സിക്കു തെക്ക് ഹിമം ഏറ്റവുമേറെ നനവുള്ളതും സുന്ദരവുമത്രേ. വസന്തത്തിന്റെ നിർവ്വചനാതീതമായ ആദ്യ സൂചനപോലെയാണത്. അഥവാ ആരോഗ്യം നിറഞ്ഞു തുളുമ്പുന്ന ഒരു പെൺകുട്ടിയുടെ ആദ്യത്തെ പൂവിടൽപോലെ. ഹിമാവൃതവന്യതയിൽ രക്തം പോലെ ചുവന്ന കാമെലിയോ പൂക്കൾ, പ്ലംപൂക്കളുടെ ഹരിതസ്പർശമുള്ള വിളറിയ വെളുപ്പുനിറം. ശൈത്യകാലത്തെ പ്ലം വൃക്ഷങ്ങളുടെ മണിയാകൃതിയുള്ള സ്വർണ്ണസൂനങ്ങൾ ഹിമപാളികൾക്കുകീഴെ തണുത്തു പച്ചനിറമായ കളച്ചെടികൾ. പൂമ്പാറ്റകളിവിടെ തീർച്ചയായുമില്ല. കാമെലിയകളും പ്ലമുകളും പൂവണിയുമ്പോൾ തേൻകുടിക്കാൻ തേനീച്ചകളെത്താറുണ്ടോ, ഇല്ലയോ, കൃത്യമായി ഓർമ്മയില്ല. എന്നാൽ ഹിമാവൃതമായ വിജനതയിൽ വിടർന്നുനില്ക്കുന്ന ശിശിര കുസുമങ്ങളെ എനിക്കിവിടെയിരുന്നാൽ കാണാം. തേനീച്ചകൾ തിരക്കിട്ട് അങ്ങോട്ടുമിങ്ങോട്ടും പോകുന്നു. അവയുടെ മൂളലും മുരളലും എനിക്കു കേൾക്കാം.

ഹിമബുദ്ധനെയുണ്ടാക്കാൻ ഒത്തുകൂടിയ ഏഴോ എട്ടോ കുട്ടികൾ സ്വന്തം കുഞ്ഞിക്കൈകളിലേക്ക് നിശ്വസിക്കുന്നു. തുമ്പിയുടെ ചുവന്ന തണ്ടുകൾപോലെ മൃദുലമായ ആ കുഞ്ഞുവിരലുകൾ പ്രതിമ ശരിയാകാതെ വന്നപ്പോൾ കുട്ടികളിൽ ആരുടെയോ പിതാവ് സഹായിക്കാനെത്തി. ബുദ്ധൻ കുട്ടികളേക്കാൾ മുകളിലാണ്. പേരയ്ക്കയുടെ ആകൃതിയിൽ ചെറിയൊരു പിണ്ഡമാണെങ്കിലും അതിനെ ഒരു ചുരയ്ക്ക

യായോ, ബുദ്ധനായോ ആകൃതിപ്പെടുത്താം. മോഹിപ്പിക്കുന്ന തിളക്കമാണതിന്. അതിന്റെ തന്നെ ഈർപ്പത്താൽ ഒന്നിച്ചൊട്ടി രൂപമപ്പാടെ നിന്നു തിളങ്ങുകയാണ്. പഴക്കുരുക്കൾ ബുദ്ധന്റെ കണ്ണുകളായി. അമ്മയുടെ പൊങ്ങച്ചസഞ്ചിയിൽ നിന്നിസ്കിയെടുത്ത റൂഷ്ചായം അതിന്റെ ചുണ്ടുകളെ ചുവപ്പിച്ചു. ആ രീതിയിൽ ആദരണീയനായ ഒരു ബുദ്ധനായി ഹിമാവൃതമായ നിലത്ത് ഇരിക്കുകയാണത്.

പിറ്റേന്ന് കുറെ കുട്ടികൾ കാണാനെത്തി. പ്രതിമയുടെ മുമ്പിൽ ചെന്നുനിന്നു കൈകൊട്ടിച്ചിരിക്കുകയും തലയാട്ടുകയും ചെയ്തു. ബുദ്ധൻ തന്റെ ഒറ്റയ്ക്കുള്ള ഇരിപ്പ് തുടർന്നു. സുഖദായകമായ ഒരു ചൂടുള്ള പകൽ അതിന്റെ തൊലിയെ ഉണക്കിയുറപ്പിച്ചു. തണുത്ത രാത്രി വന്ന് മറ്റൊരാവരണമുണ്ടാക്കി നല്കി. അതാര്യമായ പരലുകളായി രൂപം മാറുവോളം മഞ്ഞ് അതിന്റെ ജോലി തുടർന്നു. പിന്നീട് വന്നു ചേർന്ന സുഖകരമായ പകലുകളുടെയൊരു നീണ്ട തുടർച്ചയതിനെ തിരിച്ചറിയാൻ പറ്റാത്ത പരുവത്തിലാക്കി. ചുണ്ടുകളിലെ ചായം അദൃശ്യമായി.

എന്നാൽ വടക്കൻ നാട്ടിൽ പൊഴിഞ്ഞുവീഴുന്ന മഞ്ഞ് പൊടിയോ മണലോ പോലെ അവസാന കാലംവരെ മാറ്റമില്ലാതെ നിലനില്ക്കും. നിലത്തുവീണാലും ഉണക്കപ്പുല്ലിൽ വീണാലും മേല്പുരകളിൽ വീണാലും അതിന്റെ കണികകൾ ഒട്ടിപ്പിടിച്ച് ഒന്നാകാറില്ല. മേല്പുരകളിൽ വീണതിൽ കുറച്ച് അടുപ്പിലെ ചൂടേറ്റ് ഉരുകുകയായിരിക്കും. ബാക്കിയുള്ളതുണ്ടല്ലോ, തെളിഞ്ഞ ആകാശത്തിനു കീഴെ ചുഴലികൾ വീശിയടിക്കാൻ തുടങ്ങുന്നേരം, തീജ്ജ്വാലകൾക്കു ചുറ്റും അടിഞ്ഞുകൂടാറുള്ള കട്ടിമൂടലിന്റെ പരിവേഷംപോലെ വെയിലേറ്റു തിളങ്ങിക്കൊണ്ട് ആകാശമാകെ നിറയുവോളം കറങ്ങിക്കറങ്ങി മേല്പോട്ടുയർന്നു പോകും.

അപാരമായ വന്യവിജനതയിൽ, പറുദീസയുടെ തണുത്തുറഞ്ഞ കുമായ മേൽത്തട്ടിനു കീഴേ തിളങ്ങുകയും വിളറുകയും ചക്രാകാരമായി കറങ്ങുകയും ചെയ്യുന്ന ഈ സൂക്ഷ്മ രൂപം മഴയുടെ പ്രേതമാകുന്നു...

ഉവ്വ്, ഇത് ഏകാകിയായ ഹിമമാകുന്നു. മരിച്ച മഴയാകുന്നു. മഴയുടെ പ്രേതമാകുന്നു.

ജനുവരി 18, 1925.

പട്ടം

പെക്കിങ്ങിലെ ശിശിരം എന്നെ അത്ഭുതപ്പെടുത്തുകയും വിഷാദ വാനാക്കുകയും ചെയ്യുന്നു. നിലത്തും വൃക്ഷങ്ങളുടെ ചാരനിറമുള്ള അനാവൃത ശിഖരങ്ങളിലും കട്ടിപിടിച്ചുകിടക്കുന്ന ഹിമം മുകളിലെ തെളിഞ്ഞ നീലാകാശത്തേക്ക് ഉന്തിനില്ക്കുന്ന കാഴ്ച ഇവിടെയിരുന്നാൽ കാണാം. അകലെ ഒന്നോ രണ്ടോ പട്ടങ്ങൾ പാറുന്നുമുണ്ട്.

നാട്ടിൽ പട്ടം പറപ്പിക്കുന്നത് വസന്തകാലാരംഭത്തിലാണ്. വാതചക്രം കറങ്ങുന്ന ഒച്ച കേൾക്കാൻ തുടങ്ങുന്നതോടെ ചാരനിറമുള്ള ഒരു ഞണ്ടു പട്ടമോ മൃദുനീലമായ ഒരു കരിങ്കണ്ണിപ്പട്ടമോ നോക്കാൻ തലയുയർത്തേണ്ട സമയമായെന്നു കരുതാം. അഥവാ കാറ്റുചക്രമില്ലാത്ത ഒറ്റപ്പെട്ട ഒരു ഇഷ്ടികപ്പട്ടമാകാമത്. അധികം ഉയർന്നുപൊങ്ങാനാവാതെ താഴ്ന്ന് പറക്കുന്ന ആരോരുമില്ലാത്ത ഒരു പാവം പട്ടം; സങ്കടകരമായ ഒരു കാഴ്ചയാണത്. ഈ സമയമാകുമ്പോഴേക്കും ഭൂമിയിൽ വില്ലോ വൃക്ഷങ്ങൾ തളിരിടാൻ തുടങ്ങിക്കഴിഞ്ഞിരിക്കുമെങ്കിലും, നേരത്തേ കണ്ണുമിഴിക്കുന്ന മലംപീച്ചുകളിൽ മുകുളങ്ങൾ പ്രത്യക്ഷപ്പെട്ടു തുടങ്ങിയി രിക്കുമെങ്കിലും, അന്തരീക്ഷത്തിൽ ഒറ്റപ്പെട്ടു പറക്കുന്ന ഒരു ഇഷ്ടികപ്പട്ടം ദയനീയമായ ഒരു കാഴ്ച തന്നെയാണ്. ആകാശത്തിൽ കുട്ടികളൊരു ക്കുന്ന അലങ്കാരത്തൊങ്ങലുകൾക്കൊപ്പം ഭൂമിയിലെ ഈ തളിരുകളും മുകുളങ്ങളും ചേരുമ്പോഴാണ് ഞങ്ങളുടെ നാട്ടുകാർ വസന്താഗമന ത്തിന്റെ സുഖമറിയുന്നത്. പക്ഷേ, ഇപ്പോൾ ഞാനെവിടെയാണ്? ഇവിടെ യാണെങ്കിൽ ചുറ്റും മൃത ശിശിരത്തിന്റെ സർവ്വാധിപത്യം മാത്രം. അതേസമയം പണ്ട് മറവിയിലാണ്ടു കഴിഞ്ഞ എന്റെ നാട്ടിൻപുറത്തിന്റെ പണ്ടേ യാത്രപറഞ്ഞുപോയ വസന്തത്തിന്റെ നിറവുകൾ വടക്കെ ആകാശത്തിൽ നീന്തിത്തുടിക്കുകയാണെന്ന് ഞാൻ അറിയുന്നു.

എന്നാൽ പട്ടം പറപ്പിക്കുന്നത് ഇഷ്ടമില്ലാത്ത ഒരാളാണ് ഞാൻ. പട്ടങ്ങളെ ഇഷ്ടമില്ലെന്നതോ പോകട്ടെ, അന്തസ്സാരമില്ലാത്ത കുട്ടികളുടെ മണ്ടൻ കളിപ്പാട്ടങ്ങളായാണ് ഞാനവയെ വിലയിരുത്തുന്നത്. ഇതിന്റെ നേർവിപരീത സ്ഥാനത്താണ് എന്റെ കുഞ്ഞനിയൻ നില്ക്കുന്നത്. അന്നവന് കഷ്ടിച്ച് പത്തുവയസ്സേ ആയിട്ടുണ്ടാവൂ. കൂടെക്കൂടെ സുഖമില്ലാതാവും. അധികദിവസവും ദീനക്കിടക്കയിലാവും. ഞങ്ങളെയെല്ലാം പേടിയിലാഴ്ത്തുംവിധം അത്രയും ശോഷിച്ചതായിരുന്നു അവന്റെ ഇളം ശരീരം. എന്നാൽ എന്റെയീ അനിയന്റെ ഏറ്റവും വലിയ ആനന്ദം പട്ടങ്ങളായിരുന്നു. എന്റെ വിലക്കുള്ളതുകൊണ്ട് പട്ടം വാങ്ങിക്കാനോ പറപ്പിക്കാനോ ആവാത്തതിന്റെ വിഷമം മാറ്റാൻ ആകാശത്തേക്കുതന്നെ ഉറ്റുനോക്കിക്കൊണ്ടു കൊതിയിൽ ഉണങ്ങിയ ചുണ്ടുകളുമായി ജനലിനരികെ മണിക്കൂറുകൾ തന്നെ ഒറ്റനില്പ് നില്ക്കുമായിരുന്നു. അകലെയൊരു ഞണ്ടുപട്ടം പെട്ടെന്നു താഴ്ന്നുവരേണ്ട താമസം, ആശ്ചര്യ സൂചകമായ ഒരു ശബ്ദം വായിൽനിന്നു വെളിയിൽ ചാടും. രണ്ട് ഇഷ്ടികപ്പട്ടങ്ങളുടെ ചരടുകൾ തമ്മിൽ പിണഞ്ഞതു കാണേണ്ട താമസം സന്തോഷംകൊണ്ട് തുള്ളിച്ചാടും. എനിക്കിതു പരിഹാസ്യമായി തോന്നി. അവജ്ഞയോടെ മാത്രം എന്നും ഞാനിതിനെ കണ്ടു.

അങ്ങനെയിരിക്കെ ഒരുദിവസം പെട്ടെന്നോർമ്മ വന്നു, ഇയ്യിടെ അങ്ങനെ അധികമൊന്നും ഞാനവനെ കാണാറില്ലല്ലോ. തൊടിയിലിറങ്ങി മുളങ്കമ്പുകൾ ശേഖരിക്കുന്നതു കാണാറുണ്ട്. പെട്ടെന്ന് മിന്നൽപോലെ ഒരു ചിന്ത എന്റെ മനസ്സിലൂടെ കടന്നുപോയതും വീട്ടിലെ ശേഖരണമുറിയിലേക്കു ഓടിച്ചെന്നു. ആരും അധികം പെരുമാറാത്ത സ്ഥലമാണ്. വാതിൽ തള്ളിത്തുറന്ന് അകത്തെ ഇരുട്ടിലേക്കു തർക്കിച്ചു നോക്കിയപ്പോൾ, എന്റെ സംശയം ശരിയാണ്. പൊടിമയമായ കുറെ കൈയുറകൾക്കു നടുവിൽ അവൻ. ഒരു ഒരുകാൽ പീഠത്തിലിരിക്കുന്നു. മുമ്പിലെ വലിയ ചതുരപ്പീഠത്തിൽ കുറെ സാധനങ്ങൾ. എന്നെക്കണ്ട് വേവലാതിയോടെ ചാടിയെണീറ്റ് പരുങ്ങിനിന്നു. മുഖം കടലാസുപോലെ വിളറിയിരിക്കുന്നു. വലിയ പീഠത്തിൽ ചാരിനിർത്തിയിരിക്കുന്നത് ഒരു പട്ടത്തിന്റെ അസ്ഥികൂടത്തെയാണെന്ന് ഞാൻ തിരിച്ചറിഞ്ഞു. കടലാസൊട്ടിച്ച് ഭംഗി വരുത്തിയിട്ടില്ലെങ്കിലും പൂമ്പാറ്റപ്പട്ടമാണെന്ന് രൂപം കൊണ്ടറിയാം. പൂമ്പാറ്റക്കണ്ണുകളായി രണ്ടു കാറ്റുചക്രങ്ങൾ പീഠത്തിൽ കണ്ടു. ചുവന്ന കടലാസുകൊണ്ട് ഭംഗി വരുത്തിക്കൊണ്ടിരിക്കെയാണ് ഞാൻ കടന്നുചെന്നതെന്നു വ്യക്തം. പണി ഏതാണ്ട് പൂർത്തിയായ മട്ടാണ്. കൈയോടെ പിടിച്ചതിൽ എന്റെ സന്തോഷം പറയാനില്ല. എന്നാൽ ഏറെക്കാലമായി അവനെന്നെ പറ്റിക്കുകയാണല്ലോ എന്നോർത്ത് ദേഷ്യവും തോന്നി. ഈ മാതിരിയൊരു കൊള്ളരുതാത്ത പണി എന്റെ അനിയൻ സ്വയംമറന്നുചെയ്യുന്നത് കാണേണ്ടിവന്നല്ലോ! ചാടിച്ചെന്ന് ആ പട്ടം പിടിച്ചെടുത്തൊടിച്ച് ദൂരെയെറിഞ്ഞു. പൂമ്പാറ്റയുടെ ഒരു ചിറക് ഒടിഞ്ഞു തൂങ്ങുന്നുണ്ടായിരുന്നു. നിലത്തുവീണ ആ സാധനത്തെ എത്ര

നേരമാണ് ഞാൻ ചവിട്ടിയതെന്നോ! കരുത്തിന്റെ കാര്യത്തിൽ എന്റെ അടുത്തേക്കു വരില്ല തീരെ അശുവായ എന്റെ അനുജൻ. അതുകൊണ്ടു ഈ പോരാട്ടത്തിൽ പൂർണ്ണ വിജയം തന്നെ എനിക്കവകാശപ്പെടാൻ കഴിഞ്ഞു. ആ ചെറിയ മുറിയിൽ കടുത്ത മോഹഭംഗവുമായിനിന്ന അവനെ മറികടന്നു അഭിമാനപൂർവ്വം പുറത്തിറങ്ങി നടന്നു. അനന്തരം അവനെന്തു ചെയ്തു എന്ന കാര്യം ഞാൻ അറിഞ്ഞില്ല, ശ്രദ്ധിച്ചുമില്ല.

എന്നാൽ അവസാനം പ്രതികാരമെന്നെ വേട്ടയാടി പിടികൂടുകതന്നെ ചെയ്തു. അന്നു തമ്മിൽപിരിഞ്ഞശേഷം ഏറെ വർഷം കഴിഞ്ഞ് മദ്ധ്യ വയസ്സു പിന്നിട്ടു കഴിഞ്ഞ ശേഷമായിരുന്നു സംഭവം. കുട്ടികളെക്കുറിച്ച് വിദേശത്തിറങ്ങിയ ഒരു പുസ്തകം വായിക്കാൻ നിർഭാഗ്യവശാൽ അവസരം ലഭിച്ചു. ഒരു കുട്ടിയുടെ ഏറ്റവും നല്ല വ്യാപാരം കളിയാണെന്ന് അതിൽനിന്ന് ജീവിതത്തിലാദ്യമായി ഞാൻ മനസ്സിലാക്കി. കുട്ടിയുടെ ഏറ്റവും പ്രിയങ്കരരായ മാലാഖമാർ കളിപ്പാട്ടങ്ങളാണെന്ന് അതിലുണ്ടായിരുന്നു. ഒരു കുട്ടിയുടെ ആത്മസത്തയിന്മേൽ ഞാനടിച്ചേല്പിച്ച പരമാധികാരത്തിന്റെ, കഴിഞ്ഞ ഇരുപതു വർഷത്തിലേറെക്കാലമായി മറവിയിലാണ്ടുകിടന്ന ഓർമ്മകൾ പെട്ടെന്ന് സജീവമായി ഉയിർത്തെഴുന്നേറ്റു. ആ നിമിഷംതന്നെ എന്റെ ഹൃദയം കനംകൂടിയ ഒരീയക്കട്ടയായി മാറി. ആഴങ്ങളിൽനിന്ന് ആഴങ്ങളിലേക്ക് അതിവേഗം അതു താണുപോകാൻ തുടങ്ങി.

എന്റെ ഹൃദയം പിളർന്നൊന്നുമില്ല. അങ്ങനെ കൂടുതൽ ആഴങ്ങളിലേക്കത് താഴ്ന്ന് പൊയ്ക്കൊണ്ടിരിക്കുക മാത്രം ചെയ്തു. എങ്ങനെ പ്രായശ്ചിത്തം ചെയ്യണമെന്ന് എനിക്കറിയാമായിരുന്നു. എന്റെ കുഞ്ഞനിയന് ഒരു പട്ടം സമ്മാനിക്കാം. അതു പറപ്പിക്കാൻ അവനെ അനുവദിക്കാം. അതിനായി അവനെ നിർബ്ബന്ധിക്കാം. അവനതു പറപ്പിക്കുമ്പോൾ കൂടെ നടന്ന് ആർപ്പു വിളിക്കാം. ചിരിക്കാം... പക്ഷേ, ഈ സമയമായപ്പോഴേക്കും എന്നെപ്പോലെ എന്റെ അനിയനും മീശ മുളച്ചുകഴിഞ്ഞിരുന്നല്ലോ...

എന്റെ അനുജനു സംഭവിച്ച നഷ്ടം പരിഹരിക്കാൻ മറ്റൊരു വഴിയും എന്റെ മുമ്പിലുണ്ട്. അവനെ ചെന്നുകണ്ട് കുറ്റം ഏറ്റുപറഞ്ഞ് മാപ്പു ചോദിക്കാം. 'അതിനു ഞാൻ ഏട്ടനെ കുറ്റം പറയില്ല' എന്ന് അവൻ പറയുന്നത് കേൾക്കാൻ പ്രതീക്ഷയോടെ ചെവി കൂർപ്പിക്കാം. അതോടെ എന്റെ ഹൃദയഭാരമെല്ലാം പാടേ ഒഴിഞ്ഞുപോകും. എല്ലാം പഴയപടിയാവും. ഉവ്വ്. തീർച്ചയായുമത് സാദ്ധ്യമാണ്. ഒരുദിവസം ഞങ്ങൾ കണ്ടുമുട്ടി. ജീവിത കാഠിന്യങ്ങളേല്പിച്ച അടയാളങ്ങൾ രണ്ടുപേരുടെ മുഖങ്ങളിലും ഉണ്ടായിരുന്നു. എന്റെ ഹൃദയം കനം തൂങ്ങിനിന്നു. സംസാരത്തിനിടയിൽ കുട്ടിക്കാലം സ്ഥലം പിടിച്ചു. അന്ന് തീരെ ആലോചനയില്ലാത്ത ഒരാളായിരുന്നു ഞാനെന്നു കുറ്റസമ്മതം നടത്തിക്കൊണ്ട് പഴയ സംഭവത്തിലേക്കു കടന്നു. പക്ഷേ, അതിനു ഞാൻ ഏട്ടനെ കുറ്റം പറയില്ല എന്ന് എന്റെ അനിയൻ പറയുന്നത് കേൾക്കാൻവേണ്ടി ഞാൻ

കാതുകൂർപ്പിച്ചു. എങ്കിൽ അവനെനിക്കു മാപ്പുനല്കിയതിന്റെ ആശ്വാസം എനിക്കനുഭവപ്പെടുമായിരുന്നു. എന്റെ ഹൃദയഭാരം കുറയാൻ അതു ധാരാളമായിരുന്നു.

എന്നാൽ തീരെ വിശ്വാസംവരാത്ത മട്ടിൽ അവൻ ചോദിച്ചത്, യഥാർത്ഥത്തിൽ അങ്ങനെ സംഭവിക്കുകയുണ്ടായോ എന്നാണ്. മറ്റാരേയോ കുറിച്ചുള്ള കഥ കേൾക്കുന്ന ഭാവമായിരുന്നു ആ സമയം മുഖത്ത്. ആ ബാല്യകാലാനുഭവം അവന്റെ മനസ്സിൽനിന്നു പൂർണ്ണമായും വഴുതിമാറി പോയ്ക്കഴിഞ്ഞിരുന്നു. ഉവ്വ്. എന്റെ അനിയനത് പൂർണ്ണമായും മറന്നുകഴിഞ്ഞിരിക്കുന്നു. അതുമായി ബന്ധപ്പെട്ട് കൈപ്പേറിയ ഓർമ്മകളൊന്നും അവനിലിപ്പോൾ ബാക്കിയില്ല. പിന്നെയെന്തു ക്ഷമാപണം? കഠിനമായ മാനസിക വ്യഥകളൊന്നും ബാക്കിയില്ലാത്തിടത്ത് ക്ഷമാപണമെന്നത് ഒരു മുട്ടൻ കള്ളം മാത്രമേയാകൂ.

എന്താണ് ഇനിയെനിക്കു പ്രതീക്ഷിക്കാനുള്ളത്? എന്റെ ഹൃദയവ്യഥ ഇനിയങ്ങോട്ടും ഇതുപോലെ നിലനില്ക്കുകയേ ഉള്ളൂ എന്നു തീർച്ച.

ഇപ്പോൾ എന്റെ ജന്മദേശത്തെ വസന്തം അപരിചിതമായ ഈ അന്യ നാടിന്റെ അന്തരീക്ഷത്തിലും വീണ്ടുമെത്തിയിരിക്കുകയാണ്. എന്നോ വേർപിരിഞ്ഞുപോയ ആ ബാല്യകാല ദിവസങ്ങളിലേക്ക് അത് വീണ്ടുമെന്നെ കൊണ്ടുപോകുന്നു. എന്റെ ഹൃദയത്തിൽ അനിർവ്വചനീയമായ ഒരു ദുഃഖം വന്നു നിറയുന്നു. ഭീതിതമായ ഒരു ശിശിരത്തിൽ ചെന്ന് ഒളിച്ചിരിക്കുന്നതാകും നല്ലതെന്നു തോന്നുന്നു. പക്ഷേ, ഞാൻ മുഴുവനായും ശിശിരത്തിന്റെ ആധിപത്യത്തിൽ അമർന്നുനില്ക്കുകയാണിപ്പോൾ. ശിശിരം എന്നെയാകെ അടക്കിവാഴുന്നു. അതിന്റെ ഏറ്റവും വലിയ കഠിനതകളും ആധിക്യങ്ങളും ഇപ്പോൾ പോലുമെനിക്കത് വച്ചു നീട്ടുകയാണ്.

ജനുവരി 24, 1925.

നല്ല കഥ

എണ്ണ കുറവാണെന്നതിന്റെ സൂചനയായി വിളക്ക് പടുതിരി കത്താൻ തുടങ്ങി. എണ്ണയുടെ ഗുണനിലവാരം കുറവായതുകൊണ്ടുകൂടി യാകാം, വിളക്കിന്റെ ചിമ്മിനിയാകെ കരിപിടിച്ചിരിക്കുകയാണ്. ഇപ്പോൾ തന്നെ നാലുഭാഗത്തുനിന്നും പടക്കം പൊട്ടുന്ന ഒച്ച കേൾക്കാം. എനിക്കു ചുറ്റുമാണെങ്കിൽ സിഗരറ്റുപുക തങ്ങിനില്ക്കുന്നു. ഇതിനകം ഞാൻ വലിച്ചുതീർത്ത സിഗരറ്റുകളുടെ വെളുത്ത പുക. വിരസമായ ഒരിരുണ്ട രാത്രിയാണിത്. കണ്ണടച്ച്, *ആരംഭക്കാരന്റെ നോട്ടുപുസ്തകം* (ഹ്സു ചീനും മറ്റും ചേർന്ന് തയ്യാറാക്കിയ ടാങ് വംശക്കാരുടെ കാലത്തെ ഒരു രചന) പിടിച്ച കൈയിനെ കാല്മുട്ടിൽ വിശ്രമിക്കാനനുവദിച്ച് ഞാൻ കസേരയിൽ ചാരിയിരുന്നു.

പാതിമയങ്ങിയ ആ അവസ്ഥയിൽ ഞാനൊരു തങ്കപ്പെട്ട കഥ മുമ്പിൽ കണ്ടു.

സുന്ദരം, സുഖകരം, വശീകരണക്ഷമം എന്നെല്ലാമുള്ള വിശേഷണങ്ങൾ അർഹിക്കുന്ന ഒരു കഥയായിരുന്നു അത്. ആകാശത്തിൽ മേഘമൊരുക്കി നിർത്താറുള്ള കംബളങ്ങൾപോലെ എത്രയോ വ്യക്തികളും വസ്തുക്കളും ചേർത്ത് ഇടകലർത്തി നെയ്തു തയ്യാറാക്കിയ ഒരു സൃഷ്ടി. അതിലെയാ ഘടകങ്ങളെല്ലാം ഉല്ക്കകളെപ്പോലെ എന്നെ കടന്ന് കുതിച്ച് അപാരതയിലേക്കു ചീറിപ്പാഞ്ഞുപോയി.

പുരാതനമായ ഒരു രാജപാതയിലൂടെ ചെറിയൊരു വഞ്ചി തുഴഞ്ഞു പോവുകയാണ് ഞാൻ. നീലാകാശത്തെ പ്രതിഫലിപ്പിച്ചു തെളിഞ്ഞ ജലപ്പരപ്പിൽ പുഷ്ടമായ തരുക്കളും ഇളംനെൽതലപ്പുകളും വന്യപുഷ്പ

Hsu chien (659-729)

ങ്ങളും പക്ഷികളും നായക്കളും കുറ്റിക്കാടുകളും ഉണക്ക മരങ്ങളും പുല്ലുമേഞ്ഞ ചെറുകുടിലുകളും പഗോഡകളും സന്ന്യാസിമഠങ്ങളും കൃഷിക്കാരും നാടൻ തരുണിമാരും പെൺകുട്ടികളും ഉണങ്ങാനിട്ട വസ്ത്രങ്ങളും സന്ന്യാസിമാരും ചുട്ടിത്തൊപ്പികളും മുളങ്കമ്പുകളുണ്ടാക്കിയ ശിരോകവചങ്ങളും ആകാശവും മേഘങ്ങളും മുളങ്കാടുകളും മാറിമാറി വെള്ളത്തിൽ പ്രതിഫലിച്ചുകൊണ്ടിരുന്നു. തുഴകളുടെ ഓരോ വീഴ്ചയിലും അവ വെയിൽ തിളക്കവുമായി കൂടിക്കലർന്നു തെളിഞ്ഞുകൊണ്ടിരുന്ന മീനുകളെയും ജലപ്പുല്ലുകളെയും അവയെല്ലാം ഒന്നിച്ചു കിടന്നു ചാഞ്ചാടുകയാണെന്ന മട്ടിൽ അത് പിടിച്ചെടുത്തു കാട്ടിക്കൊണ്ടിരുന്നു. നിഴലുകളും വസ്തുക്കളും ഇളകിയാടുകയും ഒന്നിച്ചുചേർന്ന നിമിഷം തന്നെയവ വീണ്ടുമൊരിക്കൽക്കൂടി സങ്കോചിച്ച് അവയുടെ നേരത്തെയുള്ള രൂപങ്ങളിലേക്ക് തിരിച്ചുപോവുകയും ചെയ്തു. ഓരോ നിഴലിന്റെയും ബാഹ്യരേഖകൾ സൂര്യരശ്മികൾ തൊങ്ങൽ ചാർത്തിയ രസജ്ജ്വാലകൾ ചാട്ടിയെറിയുന്ന വേനൽ മേഘങ്ങളെപ്പോലെ മാറുകയും വിളറുകയും ചെയ്തു. ഞാൻ കടന്നുപോയ എല്ലാ ജലാശയങ്ങളും ഇതുപോലെയായിരുന്നു.

ഇപ്പോൾ ഞാൻ കണ്ട കഥ ഇനിപ്പറയുന്നതുപോലെ കൂടിയാണ്. ജലം പ്രതിഫലിച്ച നീലാകാശത്തിന്റെ പശ്ചാത്തലത്തിൽ എല്ലാം പരസ്പരം ഇടകലർന്നും കൂടിച്ചേർന്നും തമ്മിൽ പിണഞ്ഞും നെയ്യപ്പെട്ടിരിക്കുന്നു. അനന്തമായി ചലിച്ചും അവസാനമില്ലാത്ത രീതിയിൽ നീണ്ടു ചെന്നും എനിക്കതിന്റെയറ്റം കാണാനാവാത്തവിധം അങ്ങനെ അതിരുകളില്ലാതെയതു തുടർന്നുകൊണ്ടിരുന്നു.

ഉണക്ക വില്ലോ മരങ്ങൾക്കു കീഴെ അങ്ങിങ്ങായി ചില ഹോളിഹോക്ക് പൂച്ചെടികൾ കണ്ടത് നാട്ടിൻപുറത്തെ പെൺകുട്ടികൾ നട്ടു വളർത്തിയതാവാം. ചുവപ്പുനിറമുള്ള ചില വലിയ പൂക്കൾ ഒഴുക്കിൽപ്പെട്ടു നീങ്ങിക്കൊണ്ടിരുന്നത് പെട്ടെന്ന് ചിതറിയകന്ന് ചുവന്ന ജലത്തിന്റെ നാടകളായി നീണ്ടുപോയി. എന്നാൽ, തേജോവലയങ്ങളൊന്നും കാണാനുണ്ടായിരുന്നില്ല. ഓലക്കുടിലുകൾ, നായ്ക്കൾ, പഗോഡകൾ, നാടൻ പെൺകുട്ടികൾ, മേഘങ്ങൾ... ഇവയും ഒഴുക്കിൽ നീങ്ങിക്കൊണ്ടിരുന്നു. വലിയ ചുവന്ന പൂവുകളോരോന്നും ഇപ്പോൾ അലതല്ലുന്ന ചുവന്ന സിൽക്ക് അരപ്പട്ടകളായി നീണ്ടു. ഈ പട്ടകൾ നായ്ക്കളുമായി ഇഴചേർന്നു. നായ്ക്കൾ വെള്ളിമേഘമാവുകയും വെള്ളിമേഘങ്ങൾ നാടൻ പെൺകുട്ടികളാവുകയും... കണ്ണടച്ചു മിടിക്കുന്ന സമയംകൊണ്ട് അവ വീണ്ടും ചുരുങ്ങി മെലിഞ്ഞു. എന്നാൽ വർണ്ണാങ്കിതമായ ചോരപ്പൂക്കളുടെ പ്രതിബിംബങ്ങൾ ശിഥിലമായി കഴിഞ്ഞു. പഗോഡകളുമായും നാടൻ പെൺകുട്ടികളുമായും നായ്ക്കളുമായും ഓലമേഞ്ഞ കുടിലുകളുടെയും മേഘവുമായും ഇടകലർത്തി നെയ്യപ്പെടാൻ അവ വീണ്ടും വലിഞ്ഞു നീണ്ടു.

ഞാൻ കണ്ട കഥ ഇപ്പോൾ കൂടുതൽ വ്യക്തത കൈവരിക്കുന്നു.

അത് കൂടുതൽ മനോഹരമാകുന്നു. അതിന്റെ ആകർഷണീയത വർദ്ധിക്കുന്നു. അത് കൂടുതൽ മോഹിപ്പിക്കുന്നതാകുന്നു. തെളിഞ്ഞ ആകാശത്തിനു മുകളിൽ സുന്ദരരൂപികളായ എത്രയോ മനുഷ്യർ, എത്രയോ സുന്ദരവസ്തുക്കൾ. ഞാൻ എല്ലാവരേയും എല്ലാറ്റിനേയും കണ്ടു. എല്ലാവരേയും എല്ലാറ്റിനേയും തിരിച്ചറിഞ്ഞു.

കൂടുതൽ അടുത്തുചെന്ന് നോക്കാൻ തുടങ്ങുകയായിരുന്നു. എല്ലാവരേയും എല്ലാറ്റിനേയും....

പക്ഷേ, കൂടുതൽ അടുത്തുചെന്ന് നോക്കാനാഞ്ഞതും ഒരു ഞെട്ടലോടെ കണ്ണുതുറന്നപ്പോൾ വെള്ളത്തിൽ കല്ലെടുത്തിട്ടപോലെ മേഘകംബളങ്ങൾ ചുളിയുകയും ചുറ്റിപ്പിണയുകയും ചെയ്തു. ഓളങ്ങൾ ചാടിവന്ന് പ്രതിബിംബങ്ങളെയെല്ലാം വലിച്ചുകീറി നാനാവിധമാക്കിയിട്ടു. ഒട്ടും ആലോചനയില്ലാതെ ഞാൻ മുട്ടുകാലിൽ വച്ച പുസ്തകത്തിൽ പിടിമുറുക്കാൻ നോക്കി. അത് എന്റെ നിലത്തു വീഴാറായി കിടക്കുകയായിരുന്നു. മാരിവിൽ വർണ്ണക്കൂട്ടുള്ള ചില ചിതറിയ പ്രതിഫലനങ്ങൾ അപ്പോഴും എന്റെ കൺമുമ്പിൽ പാറിക്കളിച്ചുകൊണ്ടിരുന്നു.

സത്യമായും ഞാനീ നല്ല കഥ ഇഷ്ടപ്പെട്ടു. അപ്പോഴും ബാക്കിയായ ചില ചിതറിയ പ്രതിഫലനങ്ങളെ പിടിച്ചെടുക്കണമെന്നും പൂർണ്ണതയിലെത്തിക്കണമെന്നുമുണ്ടായിരുന്നു. മാഞ്ഞുപോകാതെ അവയെ സുസ്ഥിരമായി നിലനിർത്തണമെന്നുണ്ടായിരുന്നു. പുസ്തകം ഒരു ഭാഗത്തേക്ക് വലിച്ചെറിഞ്ഞ് മുന്നോട്ടാഞ്ഞ് പേന എത്തിപ്പിടിക്കാൻ ശ്രമിച്ചു. എന്നാൽ അപ്പോഴേക്കും പ്രതിഫലനങ്ങളുടെ ചെറിയൊരു കീറുപോലും ബാക്കിയില്ലായിരുന്നു. ആകെക്കൂടി കാണാൻ കഴിഞ്ഞത് വിളക്കിലെ മങ്ങിയ വെട്ടം മാത്രം. ഞാനിപ്പോൾ ആ ചെറിയ വഞ്ചിയിലെ യാത്രക്കാരനല്ല.

എന്നാൽ വിരസമായ ആ ഇരുണ്ട രാത്രിയിൽ കണ്ട ഈ നല്ല കഥ ഇപ്പോഴും എപ്പോഴും എന്റെ മനസ്സിലുണ്ട്.

ഫെബ്രുവരി 24, 1925.

വഴിപോക്കൻ

സമയം : ഏതോ ഒരു സായാഹ്നം.

സ്ഥലം : എവിടെയോ ഒരിടം.

കഥാപാത്രങ്ങൾ:

വൃദ്ധൻ : ഏതാണ്ട് 70 വയസ്സ്. വെള്ളത്താടിയും മുടിയും കറുത്ത നീളൻ കുപ്പായവുമാണ് വേഷം.

പെൺകുട്ടി : കഷ്ടിച്ച് പത്തുവയസ്സ്. തവിട്ടുമുടി. കറുത്ത കണ്ണുകൾ. വെളുത്ത പശ്ചാത്തലത്തിൽ കറുത്ത ചതുരമുള്ള നീളൻ ഉടുപ്പു ധരിച്ചിരിക്കുന്നു.

വഴിപോക്കൻ : മുപ്പതിനും നാല്പതിനുമിടയിൽ പ്രായം. ക്ഷീണിതൻ. പരുക്കൻ സ്വഭാവം. മനസ്സിലെ തീ നോട്ടത്തിൽ കാണാം. കറുത്ത താടിമീശ. അലങ്കോലമായി കിടക്കുന്ന മുടി. കറുത്ത ജാക്കറ്റും കാലുറയുമാണ് വേഷം. തേഞ്ഞ ചെരിപ്പിനിടയിലൂടെ കാലടികളുടെ മറയില്ലാത്ത ഭാഗങ്ങൾ വെളിയിൽ കാണാം. കൈയിലൊരു ചാക്കുസഞ്ചി. തന്നോടൊപ്പം തന്നെ പൊക്കമുള്ള മുളവടി ഊന്നിയാണ് നടത്തം.

സ്റ്റേജിന്റെ കിഴക്കുഭാഗത്തായി കുറെയേറെ വൃക്ഷങ്ങളും പഴകിപ്പൊളിഞ്ഞ ചില കെട്ടിടാവശിഷ്ടങ്ങളും കാണാം. പടിഞ്ഞാറ് ഒറ്റപ്പെട്ട ശവക്കല്ലറയാണ്. ഇതിനു രണ്ടിനുമിടയിൽ അവ്യക്തമായ ഒറ്റയടിപ്പാത. അതിന്റെ

ഓരത്തായി ചെറിയ ഒരു മൺകുടിൽ പാതയ്ക്ക് അഭിമുഖമായി നില്ക്കുന്നു. അതിന്റെ വാതിൽ തുറന്നു കിടക്കുന്നു. വാതിലിനടുത്തായി ദ്രവിക്കാറായ ഒരു മരക്കുറ്റി.

പെൺകുട്ടി മരക്കുറ്റിയിലിരിക്കുന്ന വൃദ്ധനെ പിടിച്ചെഴുന്നേല്പിക്കുന്നതിനിടയിൽ പെട്ടെന്ന് നിന്നു. 'മോളേ, എന്താ നിന്നുകളഞ്ഞത്'? എന്ന് കിഴവൻ ചോദിക്കുന്നു.

പെൺകുട്ടി : (കിഴക്കോട്ടു നോക്കി) ആരോ വരുന്നു മുത്തശ്ശാ.

വൃദ്ധൻ : അതു സാരമില്ല. എന്നെ അകത്തുകൊണ്ടോയി കിടത്ത്. സൂര്യൻ താഴുന്നത് കണ്ടില്ലേ.

പെൺ : വരുന്നത് ആരാന്ന് നോക്കട്ടെ.

വൃദ്ധൻ : എന്തൊരു പെണ്ണാ നീ. ആകാശവും ഭൂമിയും കാറ്റുമൊക്കെ നിത്യവും കാണുന്നതല്ലേ. അതുപോരേ. നോക്കാൻ പറ്റിയ എന്താ ഇവിടെയുള്ളത്? വരുന്നത് ആരാന്നറിയണം, അല്ലേ? സൂര്യൻ താഴാൻ പോകുന്ന നേരത്ത് വരുന്ന ആള് നിനക്ക് എന്തു നന്മയാ ചെയ്യാൻ പോകുന്നത് പെണ്ണേ? വാ, അകത്തുപോകാം.

പെൺ : അയാൾ അടുത്തെത്തിക്കഴിഞ്ഞു മുത്തശ്ശാ. പിച്ചക്കാരനാണെന്നു തോന്നുന്നു.

വൃദ്ധൻ : പിച്ചക്കാരനോ? അതാവാൻ വഴിയില്ല. (കിഴക്കുഭാഗത്തെ കാട്ടുവഴിയിൽനിന്ന് ഒരാൾ വടിയൂന്നിയും മുടന്തിയും കടന്നുവരുന്നു. ഒരു നിമിഷം സംശയിച്ച ശേഷം വൃദ്ധന്റെ അരികിലേക്ക് നടന്നുചെല്ലുന്നു.) അയാളെ നമുക്ക് വഴിപോക്കൻ എന്ന് വിളിക്കാം.

വഴിപോക്കൻ : നമസ്കാരം കാർന്നോരേ.

വൃദ്ധൻ : നമസ്കാരം.

വഴിപോക്കൻ : ഒരുപാത്രം വെള്ളം തരാൻ വിരോധമില്ലെങ്കിൽ.... ഏറെ ദൂരം വഴിനടന്ന് തൊണ്ട വരണ്ടിരിക്കുന്നു. ഒരു ചെറിയ വെള്ളക്കുഴി പോലും എങ്ങും കണ്ടില്ല.

വൃദ്ധൻ : ശരി. കുത്തിയിരുന്നാട്ടെ. (പെൺകുട്ടിയോട്) പെണ്ണേ, പോയി ഇത്തിരിവെള്ളം കൊണ്ടുവാ പാത്രം വൃത്തിയാക്കാൻ ശ്രദ്ധിക്കണേ..

(പെൺകുട്ടി ഒന്നും പറയാതെ കുടിലിനകത്തേക്കുപോയി)

വൃദ്ധൻ : കണ്ടിട്ട് പരിചയം തോന്നുന്നില്ല. ആദ്യം ഇരിക്ക്. എന്നിട്ട് പേരെന്താന്ന് പറ.

വഴിപോക്കൻ : പേരോ? എനിക്കോ? നല്ല കഥ! ജനിച്ചപ്പംതൊട്ട് എനിക്കൊരു പേരുണ്ടായിട്ടില്ല. അങ്ങനെ ഒരോർമ്മയേ ഇല്ല. ഓരോരുത്തര് ഓരോ പേരു വിളിക്കും. ഒരിക്കൽ വിളിച്ച പേരു രണ്ടാമതു വിളിക്കില്ല. ഒരേ പേര് രണ്ടുതവണ വിളിക്കാത്തതുകൊണ്ട് ഒരു പേരും ഓർമ്മയില്ല. പിന്നല്ലെ യഥാർത്ഥ പേര്.

വൃദ്ധൻ : ശരി പോട്ടെ, എങ്കിൽ നാടേതാണെന്നു പറയാമല്ലോ.

വഴിപോക്കൻ : അതും അറിഞ്ഞൂടാ. ഓർമ്മയുള്ള കാലംതൊട്ട് ഇങ്ങനെ നടക്കുകയാ.

വൃദ്ധൻ : പോട്ടെ, അതും സാരമില്ല. പോകുന്നത് എങ്ങോട്ടാണെന്ന് പറഞ്ഞാൽമതി.

വഴിപോക്കൻ : പറയാൻ വിരോധമില്ല. പക്ഷേ, അറിഞ്ഞുകൂടാ. എന്നും ഇങ്ങനെ നടക്കുകയായിരുന്നല്ലോ. ഏറെ ദൂരം നടന്നു കഴിഞ്ഞു എന്നുമാത്രമറിയാം. ഇപ്പോൾ ഇവിടെ ഈ സ്ഥലത്ത് എത്തിയിരിക്കുന്നു. അത്രതന്നെ. ഇവിടുന്ന് നേരേ പടിഞ്ഞാട്ടേക്കുള്ള ആ വഴി പോകാനാണുദ്ദേശിക്കുന്നത്.

(മരക്കോപ്പയിൽ വെള്ളവുമായി പെൺകുട്ടി ശ്രദ്ധിച്ച് നടന്നുവരുന്നു.)

വഴിപോക്കൻ : നന്ദിയുണ്ട് മോളേ. (രണ്ടേ രണ്ടിറക്കുകൊണ്ട് വെള്ളം മുഴുവൻ കുടിച്ചുതീർത്തശേഷം കോപ്പ പെൺകുട്ടിക്ക് തിരികെ നല്കിയതിൽ പിന്നെ) ഒരുപാട് നന്ദിയുണ്ട് കാർന്നോരെ. ഈ മാതിരിയൊരു ദയവ് ഞാനെവിടെയും കണ്ടിട്ടില്ല. എങ്ങനെ നന്ദി പറയണമെന്ന് സത്യത്തിൽ അറിഞ്ഞൂകൂടട.

വൃദ്ധ : നന്ദി പറഞ്ഞിട്ടു കാര്യമൊന്നുമില്ല. തനിക്കതുകൊണ്ടു എന്തു ഗുണമുണ്ടാകാനാ.

വഴിപോക്കൻ : ശരിയാണ്. അറിയാഞ്ഞിട്ടല്ല. പക്ഷേ, ഇപ്പോൾ നല്ല സുഖം തോന്നുന്നു. ഇനി എങ്ങനെയെങ്കിലും നടന്ന് ഞാൻ മുന്നോട്ടു പോകും. ഇനിയങ്ങോട്ട് എങ്ങനെയുള്ള സ്ഥലമാണ്? നിങ്ങൾക്ക് അത് അറിയാതിരിക്കില്ലല്ലോ.

വൃദ്ധൻ : ഇനിയങ്ങോട്ട് ശവപ്പറമ്പുകളാണ്.

വഴിപോക്കൻ : (ഞെട്ടലോടെ) ശവപ്പറമ്പുകളോ?

പെൺ : അല്ലല്ല. ഇവിടന്നങ്ങോട്ടു മുഴുവൻ കാട്ടുറോസാപ്പൂക്കളും, ലില്ലിപ്പൂക്കളുമാണ്. അവിടെ ഞാൻ കളിക്കാൻ പോകാറുണ്ട്. പൂക്കൾ നോക്കി രസിക്കാറുണ്ട്.

വഴിപോക്കൻ : (പടിഞ്ഞാട്ടു നോക്കി, ചുണ്ടിൽ ചിരിവരുത്തുന്നതായി ഭാവിച്ച്) ശരിയാണ്. അവിടെയെല്ലാം റോസാപ്പൂക്കളും കാട്ടുലില്ലിപ്പൂക്കളുമാണ്. പലതവണ ഞാനവിടെ പോയിട്ടുണ്ട്. പൂക്കൾ നോക്കി രസിച്ചു നിന്നിട്ടുണ്ട്. പക്ഷേ, അവിടെ ശ്മശാനമുണ്ട്. എനിക്കറിയാം. (കിഴവനോട്) അതിനുമപ്പുറമെന്താണെന്നാണ് അറിയേണ്ടത് കാർന്നോരെ.

വൃദ്ധൻ : ശ്മശാനത്തിനുമപ്പുറം എന്താണെന്ന്? അതെനിക്കറിഞ്ഞുകൂട മോനെ. അതിനുപ്പുറത്തേക്ക് ഈ കിഴവൻ ഇതുവരെ പോയിട്ടില്ല.

വഴിപോക്കൻ : പക്ഷേ, അറിയാതിരിക്കാൻ വഴിയില്ല.

വൃദ്ധൻ : അറിയില്ല, പോയിട്ടുമില്ല.

പെൺ : ഞാനും പോയിട്ടില്ല.

വൃദ്ധൻ : തെക്കും വടക്കും, പിന്നെ നിങ്ങൾ നടന്നുവന്ന വഴിയും മാത്രമേ എനിക്കു പരിചയമുള്ളൂ. ആ ഭാഗത്തെ ഏതു സ്ഥലത്തെക്കുറിച്ചു ചോദിച്ചാലും പറഞ്ഞു തരാം. മോനെ, നീ ആ ഭാഗത്തേക്കെങ്ങാനും പോകുന്നതാവും നല്ലത്. പറയുന്നത് കേട്ട് പരിഭവിക്കരുത്. നീ നന്നായി ക്ഷീണിച്ചിട്ടുണ്ട്. അതുകൊണ്ടാ പറയുന്നത്. തിരിഞ്ഞ് വന്നവഴിയേ പോ. മുന്നോട്ടേക്ക് ഇനിയും പോയാൽ ഒരിക്കലും യാത്രയുടെ അവസാനമെന്നൊന്നുണ്ടാവില്ല.

വഴിപോക്കൻ : ഒരിക്കലും ലക്ഷ്യം പൂകാൻ കഴിയില്ലെന്നോ... (ഇതിനെക്കുറിച്ച് ചിന്തിച്ച് ഞെട്ടിത്തരിക്കുന്നു) അസാദ്ധ്യം! എനിക്കു മുന്നോട്ടു പോയേ പറ്റൂ. പിന്നോട്ടുതന്നെ തിരിച്ചുപോയാൽ പ്രസിദ്ധരെയും പേരുകേട്ടവരെയും മുട്ടാതെ നടക്കാൻ പ്രയാസമായിരിക്കും. ഭൂപ്രഭുക്കളില്ലാത്ത ഒരു സ്ഥലവും ബാക്കിയുണ്ടാവില്ല. പ്രവാസവും ഭ്രഷ്ടുംബഹിഷ്കരണവും ബന്ധനവും കൊലച്ചിരിയും കള്ള കണ്ണുനീരുമില്ലാത്ത ഒരിടവും

കാണാനുണ്ടാവില്ല. ഞാനവയെ വെറുക്കുന്നു. അതു കൊണ്ട് പിന്തിരിയുന്ന പ്രശ്നമില്ല.

വൃദ്ധൻ : ഒരുപക്ഷേ, എല്ലാം നിന്റെ തെറ്റിദ്ധാരണയാവാം. ഹൃദയത്തിൽ നിന്നൂറിവന്ന കണ്ണുനീർ എന്തായാലും കാണാതിരിക്കില്ല. യഥാർത്ഥമായ അനുതാപം തീർച്ചയായും നിന്റെ ശ്രദ്ധയിൽപ്പെടും.

വഴിപോക്കൻ : ഇല്ല. വേണ്ട, ഹൃദയത്തിൽ നിന്നൂറിവന്നതായാലും ആരുടേയും കണ്ണുനീർ എനിക്കു കാണണ്ട. അവരുടെ അനുതാപവും എനിക്കു വേണ്ട.

വൃദ്ധൻ : അങ്ങനെയെങ്കിൽ (തലയാട്ടിക്കൊണ്ട്) യാത്ര തുടരാം.

വഴിപോക്കൻ : ഉവ്വ്. യാത്ര തുടർന്നേ പറ്റൂ. പിന്നെ മുമ്പിൽനിന്ന് ഒരു ശബ്ദം ഞാൻ കേൾക്കുന്നുണ്ട്. വിശ്രമമില്ലാതെ മുമ്പോട്ടുതന്നെ പോകാൻ അതെന്നോടാവശ്യപ്പെടുകയാണ്. പാദങ്ങൾ നിറയെ മുറിവുകളും ചതവുകളുമാണെന്നതാണ് പ്രശ്നം. എല്ലാംകൂടി ചോര ഒരുപാടു നഷ്ടപ്പെട്ടു. (ഒരു കാലുയർത്തി പാദം തൊട്ടു കാട്ടുന്നു) ഇനിയങ്ങോട്ടു നടക്കാൻ വേണ്ട ചോര തീരെ കഷ്ടിയാണ് ശരീരത്തിൽ. കുറച്ച് കുടിച്ചേ പറ്റൂ. പക്ഷേ, എവിടെ കിട്ടാനാണ്? എന്നുമാത്രമല്ല ആരുടെയെങ്കിലും ചോര കുടിക്കാനെനിക്കാവില്ല. എനിക്കതിഷ്ടമല്ല. വെള്ളം കുടിച്ച് ചോരയുടെ നഷ്ടം നികത്താനാണുദ്ദേശിക്കുന്നത്. വഴിയിലെല്ലായിടത്തും വെള്ളമുണ്ടായിരുന്നു. എവിടെയും ഒരു കുറവും കണ്ടില്ല. പക്ഷേ, വേണ്ടതിലേറെ വെള്ളം ചോരയിലുള്ളതുകൊണ്ട് ശക്തി മുഴുവൻ ചോർന്നു പോയിരിക്കുന്നതാണ് ഇപ്പോഴത്തെ പ്രശ്നം. ഇന്ന് വേണ്ടത്ര ദൂരം നടക്കാൻ കഴിഞ്ഞിട്ടില്ലെങ്കിൽ വഴിയിൽ വെള്ളക്കുഴികളൊന്നും കാണാൻ കഴിയാത്തതാണ് അതിനു കാരണം.

വൃദ്ധൻ : ഏയ്, കാരണം അതാവാനിടയില്ല. സൂര്യനസ്തമിച്ചു കഴിഞ്ഞു. ഇന്നിനി ഇവിടെ കഴിയാം. ഇത്തിരി വിശ്രമിക്കാം. കണ്ടില്ലേ, ഞാൻ ചെയ്യുന്നത്?

വഴിപോക്കൻ : പക്ഷേ, എനിക്കു മുമ്പിലെ ആ ശബ്ദം മുന്നോട്ടുതന്നെ പോകാൻ തിരക്കു കൂട്ടുന്നു.

വൃദ്ധൻ : അറിയാം.

വഴിപോക്കൻ : അറിയാമെന്നോ? ആ ശബ്ദം നിങ്ങളും കേൾക്കുന്നുണ്ടെന്നോ?

വൃദ്ധൻ : തീർച്ചയായും. മുമ്പും അതെന്നെ വിളിച്ചിട്ടുണ്ടെന്നാണ് തോന്നുന്നത്?

വഴിപോക്കൻ : എന്നെ വിളിക്കുന്ന അതേ ശബ്ദം?

വൃദ്ധൻ : അതെനിക്കറിഞ്ഞൂടാ. ഒരു ശബ്ദം എന്നെ പലതവണ വിളിച്ചു. പക്ഷേ, ഞാനതു കേട്ടില്ലെന്നു നടിച്ചു. അങ്ങനെയതു നിന്നു. അത്രമാത്രമേ ഇപ്പോൾ ഓർമ്മയുള്ളൂ.

വഴിപോക്കൻ : നിങ്ങളത് കേട്ടില്ലെന്ന് നടിച്ചു.. (അതിനെക്കുറിച്ച് കൂടുതൽ ആലോചിച്ചു നില്ക്കെ പെട്ടെന്ന് ഞെട്ടിത്തെറിച്ച് ശ്രദ്ധിക്കുന്നു.) ഇല്ല. എനിക്കു പോയേ പറ്റൂ. മുന്നോട്ടുതന്നെ നടന്നേ പറ്റൂ. വിശ്രമിക്കാൻ നേരമില്ല. കാലുകളുടെ കാര്യം തീരെ കഷ്ടമാണ്. ശരിതന്നെ. പക്ഷേ, എന്തുചെയ്യാം. നടന്നേ പറ്റൂ. (പോകാനായുന്നു)

പെൺ : (ഒരു ചീള് തുണി നീട്ടിക്കൊണ്ട്) ഇതാ ഇതുകൊണ്ട് മുറിവ് കെട്ടിക്കോ.

വഴിപോക്കൻ : ഉപകാരം കുട്ടീ. (തുണിക്കഷണം കൈയിൽ വാങ്ങിക്കൊണ്ട്) സത്യം പറഞ്ഞാൽ... സത്യം പറഞ്ഞാൽ ഈ മാതിരി പ്രവൃത്തികൾ തീരെ അപൂർവ്വമാണ്. ഇതിന്റെ ബലത്തിൽ എനിക്ക് കുറേ കൂടി മുമ്പോട്ടു പോകാൻ കഴിയും. (ഒരു കല്ലിൽ കുത്തിയിരുന്ന് കാലിലെ മുറിവുകൾ പൊതിഞ്ഞുകെട്ടാൻ തുടങ്ങുന്നു). ഓ, ഈ തുണി പോരല്ലോ കുട്ടീ തീരെ നീളം പോരാ. (എഴുന്നേറ്റുകൊണ്ട്) ഇതാ, അവിടെത്തന്നെ വച്ചോ. ഒരു കെട്ടിന് തികയില്ല. ഏതായാലും മോളു ചെയ്ത നല്ല കാര്യത്തിന് എങ്ങനെ നന്ദി പറയണമെന്ന് അറിഞ്ഞുകൂട കുട്ടീ.

വൃദ്ധൻ : ഈ കുട്ടിയോട് നന്ദി പറഞ്ഞിട്ട് ഒരു കാര്യവുമില്ല. തനിക്കത് ഒരു ഗുണവും ചെയ്യാൻ പോകുന്നില്ല.

വഴിപോക്കൻ : ഇല്ല, ഒരു ഗുണവും ചെയ്യില്ല. എന്നാൽ എനിക്കു കിട്ടാവുന്ന ഏറ്റവും നല്ല ഭിക്ഷയാണത്. ഇതുപോലെ എന്തെങ്കിലും നിങ്ങൾ എന്നിൽ കാണുന്നുണ്ടോ, കാർന്നോരെ?

വൃദ്ധൻ : ഏയ്, അതത്ര കാര്യമാക്കാനില്ല.

വഴിപോക്കൻ : എനിക്കറിയാം. പറ്റാത്തതുകൊണ്ടാണ്. ഇതാണെന്റെ വഴിയെന്ന് ഞാൻ വിചാരിക്കുന്നു. വഴിനീളെ ഞാൻ ഭിക്ഷയെടുത്താൽ ശവത്തിനു ചുറ്റും വട്ടം ചുറ്റുന്ന കഴുകനെപ്പോലെയാകും എന്റെ സ്ഥിതി. ഈ പെൺകുട്ടിയുടെ നാശം കണ്ണുകൊണ്ട് നേരിൽ കാണാനാഗ്രഹിക്കുന്നതു പോലെയാകുമത്. അഥവാ ഇതൊഴികെ ബാക്കി എല്ലാറ്റിന്റേയും നാശം ഞാൻ ക്ഷണിച്ചു വരുത്തും. എന്നെക്കൂടി ഉൾപ്പെടുത്തിയാണ് പറയുന്നത്. കാരണം ഞാനതർഹിക്കുന്നു. പക്ഷേ, ഇനിയുമതിനുള്ള ശക്തി കിട്ടിയിട്ടില്ല. ഇനിയഥവാ കിട്ടിയാൽ തന്നെ ആ രീതിയിലൊന്നും അവൾക്ക് സംഭവിക്കാൻ ഞാനാഗ്രഹിക്കുന്നില്ല. കാരണം അവർ തീരെ ഇഷ്ടപ്പെടാത്ത രീതിയിലുള്ള ഒരവസാനമാണത്. ഏറ്റവും വിവേകപൂർണ്ണമായ ഒരു തീരുമാനം ഇതായിരിക്കുമെന്നു വിചാരിക്കുന്നു. (പെൺകുട്ടിയോട്) നീ തന്ന ഈ തുണിക്കീറിന് കുഴപ്പമൊന്നുമില്ല. ഇത്തിരി ചെറുതായിപ്പോയെന്നേയുള്ളൂ. അതുകൊണ്ട് തിരിച്ചു നല്കുന്നു എന്നേയുള്ളു.

പെൺ : (പേടിച്ചു പിന്മാറിക്കൊണ്ട്) എനിക്കതു തിരികെ വേണ്ട. നിങ്ങൾ തന്നെ കൈയിൽ വച്ചോളൂ.

വഴിപോക്കൻ : (ചിരിപോലൊന്നു മുഖത്തു വരുത്തി) ആ.... എന്താ ഞാൻ തൊട്ടതുകൊണ്ടാണോ?

പെൺ : (തലയാട്ടിക്കൊണ്ട് കൈയിലെ ചാക്കിലേക്കു ചൂണ്ടി) അതിനകത്തു സൂക്ഷിക്കാമല്ലോ, വെറുതെ ഒരു രസത്തിന്.

വഴിപോക്കൻ : (അത്ഭുതഭാവത്തിൽ പിന്നോട്ട് മാറിക്കൊണ്ട്) പക്ഷേ, ഈ ചാക്കും മുതുകിലേറ്റി വഴിനടക്കുന്നതെങ്ങനെ?

വൃദ്ധൻ : വിശ്രമിക്കാൻ മടിക്കുന്നതുകൊണ്ടാണ് തനിക്ക് ഒന്നും ചുമന്നു നടക്കാൻ കഴിയാത്തത്. ഇത്തിരിയൊന്ന് ഇരുന്നാൽ എല്ലാം ശരിയാകും.

വഴിപോക്കൻ : ശരിയാണ് വിശ്രമം.... (എന്തോ ആലോചിക്കുന്നു ഞെട്ടുന്നു, ശ്രദ്ധിക്കുന്നു.) ഇല്ല. പറ്റില്ല. ഞാൻ പോകുന്നു.

വൃദ്ധൻ : വിശ്രമിക്കേണ്ടെന്നാണോ?

വഴിപോക്കൻ : വേണം.

വൃദ്ധൻ : എന്നാൽ ഇവിടെയിരിക്ക്.

വഴിപോക്കൻ : പക്ഷേ, എനിക്ക്..... ഇല്ല, പറ്റില്ല....

വൃദ്ധൻ : വിശ്രമിക്കാതെ മുന്നോട്ടുതന്നെ പോകണമെന്ന് ഇപ്പോഴും വിചാരിക്കുന്നു?

വഴിപോക്കൻ : ഉവ്വ്.

വൃദ്ധൻ : എന്നാൽ ശരി, നടന്നോ.

വഴിപോക്കൻ : (മൂരി വലിഞ്ഞുകൊണ്ട്) എന്നാൽ പോട്ടെ. ഏറെ നന്ദിയുണ്ട് കേട്ടോ. (പെൺകുട്ടിയോട്) ഇതു ഞാൻ നിനക്ക് തിരികെ തരികയാണ്. ദയവായി തിരിച്ചു വാങ്ങണം.

(പെൺകുട്ടി പേടിച്ച് കൈ പിൻവലിക്കുകയും കുടിലിലേക്കു രക്ഷപ്പെടാൻ വിചാരിക്കുകയും ചെയ്യുന്നു.)

വൃദ്ധൻ : നീ തന്നെ കൈയിൽ വച്ചോ. കനം തോന്നുന്നുണ്ടെങ്കിൽ ഏതു സമയത്തും ശ്മശാനത്തിൽ വലിച്ചെറിയാവുന്നതേയുള്ളൂ.

പെൺ : (ഏതാനും അടി മുന്നോട്ട് വെച്ച്) ഓ, വേണ്ട. അതു ശരിയാവില്ല.

വഴിപോക്കൻ : ഇല്ല, അതു ശരിയാവില്ല.

വൃദ്ധൻ : എന്നാൽ ഏതെങ്കിലും കാട്ടുറോസാച്ചെടിയിലോ കാട്ടുലില്ലിച്ചെടിയിലോ തൂക്കിയിട്ടോളൂ.

പെൺ : (കൈക്കൊട്ടിച്ചിരിച്ചുകൊണ്ട്) അതു കൊള്ളാം!

വഴിപോക്കൻ : ആഹ്.....

(നിമിഷനേരത്തെ നിശ്ശബ്ദത)

വൃദ്ധൻ : എന്നാൽ ശരി. നിനക്ക് മനസ്സമാധാനമുണ്ടാകട്ടെ. എഴുന്നേറ്റ് നിന്ന് പെൺകുട്ടിയുടെ നേർക്ക് തിരിഞ്ഞ്) മോളേ, എന്നെ അകത്ത് കൊണ്ടോയാക്ക്. നോക്ക്, സൂര്യനസ്തമിച്ചു കഴിഞ്ഞു. (വാതിലിനു നേരേ നടക്കാൻ തുടങ്ങുന്നു.)

വഴിപോക്കൻ : ശരി. ശാന്തിയും സമാധാനവും നിങ്ങൾക്കുമുണ്ടാകട്ടെ.

(ചിന്തകളിൽ ലയിച്ച് ഏതാനും അടി നടന്നശേഷം ഞെട്ടിത്തരിച്ച മട്ടിൽ) പക്ഷേ, എനിക്കതു സാദ്ധ്യമല്ല. പോയേ പറ്റൂ. പോകുന്നത് തന്നെയാവും നല്ലത്..... (നെഞ്ചുവിരിച്ച് തല ഉയർത്തിപ്പിടിച്ച് നിശ്ചയദാർഢ്യത്തോടെ പടിഞ്ഞാറു ഭാഗത്തേക്ക് നടന്നു നീങ്ങുന്നു.)

പെൺകുട്ടി കിഴവനെ കുടിലിനകത്തേക്കു കൊണ്ടുപോയാക്കിയശേഷം വാതിലടയ്ക്കുന്നു. വന്യവിജനതയെ ലക്ഷ്യമാക്കി വഴിപോക്കൻ മുടന്തി മുടന്തി നടന്നുപോകുന്നു. അയാൾക്കു പിന്നിൽ രാത്രി ഇറങ്ങിവരുന്നു.

മാർച്ച് 2, 1925.

മരിച്ച അഗ്നി

ഹിമപർവ്വതത്തിന്റെ മുകളിലൂടെ ഓടുന്നതായി ഞാൻ സ്വപ്നം കണ്ടു.

മാനത്തോളം ഉയർന്നുനിന്ന മഞ്ഞുമൂടിയ ഒരു പടുകൂറ്റൻ പർവ്വതമായിരുന്നു അത്. മാനത്ത് ഉറഞ്ഞ മേഘങ്ങളുടെ പ്രളയക്കടലായിരുന്നു. മീൻചെതുമ്പലുകൾപോലെ അതിന്റെ ഓരോ ചെറുശകലവും. അടിവാരത്തിൽ മഞ്ഞുവനമായിരുന്നു. കാറ്റാടി മരങ്ങളെയും ദേവതാരു വൃക്ഷങ്ങളെയുംപോലെ അവയ്ക്ക് ഇലകളും ചില്ലകളുമുണ്ടായിരുന്നു. മരംകോച്ചുന്ന തണുപ്പായിരുന്നു. ചാരംപോലെ എല്ലാം നരച്ചു മങ്ങി വിളറിക്കിടന്നു. അങ്ങനെയിരിക്കെ പെട്ടെന്നു ഞാനൊരു മഞ്ഞുതാഴ്വരയിലേക്കു തെന്നിവീണു.

എനിക്കു ചുറ്റും, മുകളിലും താഴേയും, മരംകോച്ചുന്ന തണുപ്പ്. ചാരം പോലെ എല്ലാം നരച്ചു വിളറിക്കിടന്നു. വിളറിവെളുത്ത മഞ്ഞിനു മുകളിൽ പവിഴപ്പുറ്റുകളുടെ ജാലികകൾപോലെ എണ്ണിയാൽ തീരാത്തവിധം എത്രയോ നിഴലുകൾ. തമ്മിൽ പിണഞ്ഞുകിടക്കുന്നതു കണ്ടു. കാല്ക്കീഴിലേക്കു നോക്കിയപ്പോൾ അവിടെയൊരു തീജ്വാല!

മരിച്ച അഗ്നിയായിരുന്നു അത്. ആളിക്കത്തുന്ന രൂപം, പരിപൂർണ്ണ നിശ്ചലം, ഉലയിൽനിന്ന് അപ്പോൾ പുറത്തെടുത്തതുകൊണ്ടാണെന്ന മട്ടിൽ ഏറിയൊരു ചൂടിനാൽ നിറഭേദം വന്ന് അറ്റങ്ങളിൽ അള്ളിപ്പിടിച്ചു നില്ക്കുന്ന കരിമ്പുകയുമായി പവിഴമുത്തുകളുടെ ജാലികകൾപോലെ പടർന്ന് തീർത്തും നിശ്ചലവും ഘനീഭവിച്ചതുമായ ഒരവസ്ഥയായിരുന്നു അതിന് പക്ഷേ, അതുകൊണ്ട് ചുറ്റുമുള്ള മഞ്ഞിൽ പ്രതിഫലനങ്ങൾ സൃഷ്ടിച്ചും തിരിച്ച് പ്രതിഫലിച്ചും മഞ്ഞിന്റെ താഴ്വരയെ പവിഴപ്പൂക്കൾ പോലെ ചുവപ്പിച്ച് അത് എണ്ണമറ്റ നിഴലുകളായി മാറിക്കഴിഞ്ഞിരുന്നു.

കുട്ടിക്കാലത്ത്, ശീഘ്രഗതിയിൽ പോകുന്ന കപ്പലുകൾ ഉഴുതുമറിച്ചിടാറുള്ള നുരഞ്ഞു പതയുന്ന അലമാലകൾ കണ്ടുനില്ക്കാൻ വലിയ രസമായിരുന്നു. ഉലയിൽനിന്ന് തീജ്വാലകൾ ഒരു ശബ്ദത്തോടെ പുറത്തേക്കു നാവു നീട്ടിപ്പടരുന്നതു കാണാനും അത്രതന്നെ സന്തോഷമായിരുന്നു. വെറുതെ നോക്കിയിരുന്നാൽ മാത്രം പോരായിരുന്നു. അടുത്തു ചെന്ന് വ്യക്തമായി എല്ലാം കണ്ടുനില്ക്കാൻ വലിയ ആവേശമായിരുന്നു. എന്നാൽ അതിന്റെയൊരു വിഷമമെന്തെന്നാൽ അത് ഓരോ നിമിഷവും മാറിക്കൊണ്ടിരിക്കും. നിയതമായ ഒരു രൂപം ഒരിക്കലുമതിന് കൃത്യമായി നിലനിർത്താനാവില്ല. എത്ര തർക്കിച്ചു നോക്കിയാലും വ്യക്തമായ രീതിയിൽ അത് മനസ്സിൽ പതിയാൻ പ്രയാസമായിരുന്നു.

മരിച്ച അഗ്നിയേ, അവസാനം എനിക്കു നിന്നെ കിട്ടിയിരിക്കുന്നു!

ഒരു സൂക്ഷ്മ പരിശോധനയ്ക്കുതന്നെ വിധേയമാക്കാമെന്നുവെച്ച് മരിച്ച അഗ്നിയെ കൈയിലെടുത്താലോ? അതിന്റെ കൊടുംതണുപ്പ് എന്റെ വിരലുകളെ പൊള്ളിച്ചു. എങ്കിലും വേദന സഹിച്ചുകൊണ്ട് ഞാനതിനെയെടുത്ത് കീശയിലിട്ടു. പൊടുന്നനവെ അതാ താഴ്‌വര മുഴുവൻ ചാരം പോലെ വിളറിവെളുത്തു. അതേസമയംതന്നെ എങ്ങനെ ഈ സ്ഥലം വിട്ടുപോകുമെന്നറിയാതെ ഞാനന്തിച്ചു നിന്നു.

എന്റെ ശരീരത്തിൽനിന്ന് കറുത്ത പുകയുടെയൊരു ചുരുൾ കമ്പികൊണ്ടുള്ള സർപ്പത്തെപ്പോലെ പുളഞ്ഞുകൊണ്ട് മേല്പോട്ടുയർന്നു. പെട്ടെന്ന് ചുവപ്പു ജ്വാലകൾ എല്ലായിടത്തേക്കും പ്രവഹിക്കാൻ തുടങ്ങി. വൻ തീപിടിത്തത്താലെന്നപോലെ വന്ന് അതെന്നെ പൊതുഞ്ഞും വഴി തടഞ്ഞും നിന്നു. താഴോട്ടു നോക്കിയപ്പോൾ മരിച്ച അഗ്നി വീണ്ടും കത്തിപ്പടരുന്നത് കണ്ടു. എന്റെ ഉടുപ്പുകൾക്കിടയിലൂടെ പടർന്ന് അത് ഹിമാവൃതമായ നിലത്തുകൂടി പ്രവഹിക്കാൻ തുടങ്ങി.

“ഹേ, ചങ്ങാതി!” അത് എന്നോടു സംസാരിക്കാൻ തുടങ്ങി, “നിന്റെ ഇളംചൂട് എന്നെ ഉണർത്തി!”

ഉടൻ ഞാനതിനെ അഭിവാദ്യം ചെയ്യുകയും അതിന്റെ പേരെന്തെന്ന് അന്വേഷിക്കുകയും ചെയ്തു.

“ഹിമ താഴ്‌വരയിൽ മനുഷ്യരാൽ ഉപേക്ഷിക്കപ്പെട്ടവനാണ് ഞാൻ.” എന്റെ ചോദ്യം കേൾക്കാത്ത മട്ടിൽ അതു പറഞ്ഞു. “എന്നെ ഉപേക്ഷിച്ചു പോയവരെല്ലാം നശിച്ചുപോകയും അദൃശ്യരായിത്തീരുകയും ചെയ്തിരിക്കുന്നു. ആ ഹിമം എന്നെ മരവിപ്പിച്ച് ഏതാണ്ട് കൊന്നുകളഞ്ഞതാണ്. ചൂടുപകർന്ന് നീയെന്നെ പുനരുജ്ജീവിപ്പിച്ചില്ലായിരുന്നെങ്കിൽ പണ്ടേ ഞാൻ മരിച്ചിട്ടുണ്ടാകുമായിരുന്നു.”

“എന്നെ ഉണർത്തിയതിൽ സന്തോഷമുണ്ട്. ഈ ഹിമതാഴ്‌വര വിട്ടുപോകുന്നതെങ്ങനെയെന്നറിയാതെ വിഷമിക്കുകയായിരുന്നു ഇത്രനാളും. നിന്നേയും കൂടെ കൊണ്ടുപോകാമെന്നു വിചാരിക്കുന്നു. പിന്നെ നീ ഒരിക്കലും മരവിച്ചുപോകില്ല. കെടാതെ എക്കാലവും ജ്വലിച്ചുകൊണ്ടിരിക്കും.”

"ഓ, വേണ്ട. ഞാൻ കത്തിത്തീർന്നു പോകും."

"കത്തിത്തീരുമെന്നു കേൾക്കാൻ ദുഃഖമുണ്ട്. നിന്നെ ഇവിടെ തനിച്ചാക്കി ഞാൻ മാത്രം പോകുന്നതാവും നല്ലതെന്നു തോന്നുന്നു."

"ഓ വേണ്ട. ഞാൻ മരവിച്ചു ചത്തുപോകും."

"എങ്കിൽ പിന്നെ എന്തുചെയ്യും?"

"നീ പിന്നെ എന്തുചെയ്യും?"

"പറഞ്ഞില്ലേ, ഈ ഹിമതാഴ്‌വര വിട്ടുപോകുമെന്ന്?"

"എങ്കിൽ ഞാൻ കത്തിത്തീരുന്നതാവും നല്ലത്."

ഒരു ചുവന്ന ഉല്ക്കയെപ്പോലെ ഞാൻ ചാടിയെണീറ്റു. പിന്നെ ഞങ്ങളൊന്നിച്ച് താഴ്‌വര വിട്ടു. പെട്ടെന്ന് വലിയൊരു കൽവണ്ടി ഉരുണ്ട് വന്ന് അതിന്റെ ചക്രങ്ങൾക്കിടയിൽ എന്നെയിട്ട് ഞെരിച്ചുകൊന്നു. മരിക്കും മുമ്പ്, ആ വണ്ടി ഹിമതാഴ്‌വരയിലേക്ക് മറിഞ്ഞുവീഴുന്നതു ഞാൻ കണ്ടു.

"ആഹാ!, മരിച്ച അഗ്നിയെ ഇനിയൊരിക്കലും നീ വീണ്ടും കാണില്ല". അളവറ്റ ആഹ്ലാദത്തോടെ ചിരിച്ചുകൊണ്ട് ഞാൻ പറഞ്ഞു. ഇത് ഇങ്ങനെയവസാനിച്ചതിൽ ഞാൻ തൃപ്തനാണെന്ന മട്ടിലുള്ള ഒരു ചിരി!

ഏപ്രിൽ 23, 1925.

നായയുടെ തർക്കുത്തരം

കീറവസ്ത്രം ധരിച്ച് വെറുമൊരു തെണ്ടിയെപ്പോലെ ഇടുങ്ങിയ തെരുവിലൂടെ നടന്നുപോകുന്നതായി ഞാനൊരു സ്വപ്നം കണ്ടു.

പിന്നിൽ പട്ടിയുടെ കുരകേട്ട് തിരിഞ്ഞുനിന്ന്, വായടയ്ക്ക് തുപ്പൽ നക്കുന്ന ശവമേ! എന്ന് ഉച്ചത്തിൽ ശകാരിച്ചു.

അവന്റെ മുഖത്ത് അടക്കിപ്പിടിച്ച ഒരു ചിരി തെളിഞ്ഞു. അയ്യോ, അങ്ങനെയൊന്നും പറയരുത്. അക്കാര്യത്തിൽ താനെന്തായാലും മനുഷ്യനോളം വരില്ലെന്ന് എനിക്ക് മറുപടി നല്കി.

അതുകേട്ട് എനിക്കെന്റെ മാനംപോയതുപോലെ തോന്നി. ഇതിൽപ്പരമൊരപമാനം എനിക്ക് എന്താണ് സംഭവിക്കാനുള്ളത്!

'ചെമ്പും വെള്ളിയും തമ്മിൽ, പട്ടും പരുത്തിയും തമ്മിൽ, ഉദ്യോഗസ്ഥരും സാധാരണ പൗരന്മാരും തമ്മിൽ, ഉടമകളും അടിമകളും തമ്മിൽ എന്തു വ്യത്യാസമാണുള്ളതെന്ന് ഇപ്പോഴുമെനിക്കറിഞ്ഞുകൂട എന്ന് പറയാൻ തീർച്ചയായും എനിക്കു ലജ്ജയുണ്ട്...'' എന്ന് അവൻ തുടർന്നുകൊണ്ടിരിക്കെ ഞാൻ തിരിഞ്ഞോടാൻ തുടങ്ങി.

"അല്പം കൂടി നില്ക്ക്. നമുക്ക് സംസാരിക്കാനുണ്ട്." പിന്നിൽ നിന്ന് അവൻ ഉച്ചത്തിൽ വിളിച്ചുപറഞ്ഞു.

എന്നാൽ ഞാനോ, എന്റെ സ്വപ്നത്തിൽനിന്ന് പരമാവധി വേഗതയിൽ പുറത്തേക്കോടി കിടക്കയിൽ ചെന്നുവീണു.

ഏപ്രിൽ 23, 1925.

നഷ്ടപ്പെട്ട നല്ല നരകം

നരകത്തിനടുത്തായി ആളൊഴിഞ്ഞ ഒരു സ്ഥലത്ത് കട്ടിലിൽ കിടക്കുന്നതായി ഞാൻ സ്വപ്നം കണ്ടു. നരകത്തിലെ താമസക്കാരായ എല്ലാ പ്രേതാത്മക്കളുടെയും ആഴത്തിലുള്ളതെങ്കിലും അടുക്കും ചിട്ടയും തീരെയില്ലാത്ത കരച്ചിലും പിഴിച്ചിലും പിച്ചും പേയും നരകത്തീയിന്റെ ജ്വാലകളുടെ അലർച്ചയുമായും എണ്ണ തിളച്ചുമറിയുന്ന ശബ്ദവുമായും ഇരുമ്പുശൂലങ്ങൾ കൂട്ടിയടിക്കുന്ന ഒച്ചയുമായും കൂടിക്കലർന്ന് വിശാലവും മത്തുപിടിപ്പിക്കുന്നതുമായ ഒരൊറ്റ സ്വരലയമായി എന്റെ കർണ്ണപുടങ്ങളിൽ വന്നുവീണുകൊണ്ടിരുന്നു. അധോലോകത്ത് എല്ലാം സുഖസുന്ദരമാണെന്ന് മൂന്നുലോകങ്ങളിലുമത് വിളംബരം ചെയ്തുകൊണ്ടിരുന്നു. എന്റെ മുമ്പിലതാ വലിയൊരു മനുഷ്യൻ വന്നു നില്ക്കുന്നു. സുന്ദരൻ, കാരുണ്യവാൻ, തേജസ്സു ചൊരിയുന്ന ശരീരം, ആൾ ചെകുത്താനാണെന്ന് അത് എന്നോടു പറഞ്ഞു.

“ഇത് എല്ലാറ്റിന്റെയും അവസാനമാണ്. എല്ലാറ്റിന്റെയും. ഭാഗ്യഹീനരായ പ്രേതാത്മാക്കൾക്ക് അവരുടെ നല്ല നരകം നഷ്ടപ്പെട്ടിരിക്കുന്നു.” ദുഃഖത്തോടെ, കടുത്ത മനോവേദനയോടെ ഇത്രയും പറഞ്ഞശേഷം അങ്ങോർ എനിക്കരികിൽ വന്നിരുന്ന് തനിക്കറിയാവുന്ന ഒരു കഥ എന്നെ കേൾപ്പിക്കാൻ തുടങ്ങി.

“ഭൂമിയും സ്വർഗ്ഗവും തേൻനിറത്തിലായിരുന്ന കാലത്ത് ചെകുത്താൻ ദൈവത്തെ സ്ഥാനഭ്രഷ്ടനാക്കി മൂന്നു ലോകങ്ങളുടെയും പരമാധികാരം തന്റെ കൈപ്പിടിയിലൊതുക്കി. പിന്നീടങ്ങോർ നേരിട്ട് നരകത്തിലെത്തി അതിന്റെ മദ്ധ്യേ ചെന്നിരുന്ന് പ്രേതാത്മാക്കളിലെല്ലാം തന്റെ പ്രകാശം പ്രസരിപ്പിച്ചുകൊണ്ടിരുന്നു.

“നരകം ഏറെക്കാലമായി അവഗണിക്കപ്പെട്ടുവരികയാണ്.

മുൾമരങ്ങൾക്ക് അവയുടെ പ്രഭാവം നഷ്ടമായിരിക്കുന്നു. തിളപ്പിച്ചിട്ടും തിളപ്പിച്ചിട്ടും എണ്ണ തിളച്ചു മറിയാതെയിരിക്കുന്നു. നരകത്തീയ് ഇടയ്ക്കു വല്ലപ്പോഴും ഇത്തിരി നീലപ്പുക പുറത്തുവിട്ടാലായി. അകലെയെവിടെയോ ഇപ്പോഴും കുറച്ച് മാൻഡ്രേക്ക് പുഷ്പങ്ങൾ വിരിഞ്ഞുനില്പുണ്ട്. വിളറി വെളുത്ത് കണ്ടാൽ കഷ്ടംതോന്നുന്ന തീരെച്ചെറിയ ചില പൂവുകൾ. പക്ഷേ, അതിലത്ര അതിശയപ്പെടാനൊന്നുമില്ല. ഭയാനകമാം വണ്ണം കത്തിക്കരിഞ്ഞുപോയ ഭൂമിയുടെ ഉർവരതയെല്ലാം സ്വാഭാവികമായും നഷ്ടപ്പെട്ടുപോയില്ലെ?

"തണുപ്പു മാറാത്ത വിളക്കെണ്ണയ്ക്കും ഇളംചൂടുമാത്രമുള്ള അഗ്നിജ്വാലകൾക്കുമിടയിൽ ഉണർന്നെഴുന്നേറ്റ്, ചെകുത്താൻ ചിതറിയ വെളിച്ചത്തിൽ ഏറെ വിളറിയും ഏറെ കോലംകെട്ടും നിന്ന നരകത്തിലെ ചെറിയ പൂവുകളെ കണ്ട് പ്രേതാത്മാക്കൾ അവയുടെ മാസ്മരികതയിൽ പൂർണ്ണമായും ആകൃഷ്ടരായി. പെട്ടെന്നവർ മനുഷ്യരുടെ ലോകത്തെക്കുറിച്ചോർത്തു. ഏറെക്കാലം, എത്രകാലമെന്ന് ആർക്കുമറിഞ്ഞുകൂടാത്ത ഒരതീവ ദീർഘകാലം മുഴുവൻ, ചിന്തിച്ചശേഷം നരകത്തെ തള്ളിപ്പറഞ്ഞുകൊണ്ട് ഏറെയുച്ചത്തിലവർ അലറിവിളിച്ചുകൊണ്ടിരുന്നു.

"ജീവിതത്തോട് പ്രതികരിച്ചുകൊണ്ട് മനുഷ്യൻ എഴുന്നേറ്റ് സ്വന്തം അവകാശമുയർത്തിപ്പിടിച്ച് ചെകുത്താനോട് ചോദിച്ചു. ഇടിമുഴക്കത്തേക്കാളുച്ചത്തിൽ അതിന്റെ കോലാഹലം മുന്നു ലോകങ്ങളിലും മാറ്റൊലികൊണ്ടു. അവസാനം ഏറെ ചതിപ്രയോഗവും അത്രതന്നെ സാമർത്ഥ്യവും ഉപയോഗിച്ച് അവൻ ചെകുത്താനെ നരകത്തിൽനിന്നു പുറത്തുപോകാൻ നിർബ്ബന്ധിതനാക്കി. അവസാന വിജയത്തെത്തുടർന്ന് മനുഷ്യകുലത്തിന്റെ കൊടിയടയാളം നരകകവാടത്തിൽ പാറിക്കളിക്കാൻ തുടങ്ങി.

"നരകത്തെ പുനഃസംഘടിപ്പിക്കാനായി മനുഷ്യന്റെ പ്രതിനിധികളെത്തിയപ്പോഴും പ്രേതാത്മാക്കൾ അവരുടെ ആനന്ദനൃത്തം തുടരുകതന്നെയായിരുന്നു. മനുഷ്യാധികാരശക്തിയിലൂടെ ഗാംഭീര്യത്തിൽ വിശ്വാസമർപ്പിച്ച് നരകലോകത്തിന്റെ നടുമദ്ധ്യത്തിലിരുന്ന് അവൻ പ്രേതാത്മാക്കളെ അടക്കിഭരിച്ചു.

"നരകത്തെ തള്ളിപ്പറഞ്ഞ് പ്രേതങ്ങൾ മറ്റൊരട്ടഹാസം മുഴക്കിയതോടെ അവയെല്ലാം മനുഷ്യനെതിരെ കലാപകാരികളായി മാറി. ഈ കുറ്റത്തിന് നിത്യമായ നരകശിക്ഷയ്ക്കു വിധേയരാക്കി മനുഷ്യൻ ഇവയെല്ലാം മുൾമരക്കൂട്ടങ്ങൾക്കിടയിലേക്കു നാടുകടത്തി.

"തുടർന്ന് മനുഷ്യൻ നരകത്തിന്റെ പരമാധികാരിയായി. അവന്റെ അധികാരം പിശാചിന്റേതിനെയും കടത്തിവെട്ടി. കാളത്തലയനായ ഒരു രാക്ഷസന് ക്രമസമാധാനപാലനത്തിനുള്ള പരമാധികാരം നല്കുക വഴി അവൻ നിയമവാഴ്ച പൂർണ്ണമായും പുനഃസ്ഥാപിച്ചു. അഗ്നികുണ്ഠങ്ങളിൽ ഇവൻ എണ്ണപകർന്നു. വാളുകൾക്കു മൂർച്ചകൂട്ടി. ആ രീതിയിൽ പഴയ അപചയങ്ങളെല്ലാം പൂർണ്ണമായി അവസാനിപ്പിച്ച് നരകലോക

ത്തിന്റെ മുഖച്ഛായതന്നെ മാറ്റി. തുടർന്ന് പൊടുന്നനവെ മാൻഡ്രേക്കു പൂക്കളെല്ലാം വാടിക്കരിഞ്ഞു. കുട്ടകങ്ങളിൽ എണ്ണ പഴയപോലെ തിളച്ചു മറിഞ്ഞു. ഖഡ്ഗങ്ങൾ അവയുടെ പഴയ മൂർച്ച വീണ്ടെടുത്തു. നരകാഗ്നി പഴയതുപോലെ ആളിക്കത്തി. പ്രേതങ്ങൾ ഞെളിയാനും ഞെരങ്ങാനും പിച്ചും പേയും പറയാനും തുടങ്ങിയതോടെ നഷ്ടപ്പെട്ട പഴയ നല്ല നരകത്തെക്കുറിച്ചോർത്ത് കണ്ണീരൊഴുക്കാൻ അവയ്ക്കു തീരെ സമയമില്ലാതായി.

അത് മനുഷ്യന്റെ വിജയമായിരുന്നു. പ്രേതാത്മാക്കളുടെ നിർഭാഗ്യവും, ചങ്ങാതീ, നിങ്ങൾ ഞാൻ പറഞ്ഞതൊന്നും വിശ്വസിക്കയില്ലെന്ന് എനിക്കു നന്നായറിയാം. ഉവ്വ്, നിങ്ങളൊരു മനുഷ്യനാണ്. ഞാൻ വല്ല കാട്ടുമൃഗങ്ങളേയോ രാക്ഷസരൂപികളേയോ കണ്ട് പറയാൻ നോക്കട്ടെ...

ജൂൺ 16, 1925.

ചരമലിഖിതം

ഒരു ശവക്കല്ലറയുടെ ശിലാഫലകത്തിൽ എഴുതിവച്ച് കുറിപ്പിനു മുമ്പിൽ നില്ക്കുന്നതായി ഞാൻ സ്വപ്നം കണ്ടു.

പൊട്ടിപ്പൊളിഞ്ഞും പായൽ പിടിച്ചും ആകപ്പാടെ കോലംകെട്ടു കിടക്കുന്ന ഒരു എഴുത്തുപലകയായിരുന്നു അത്. മണൽക്കല്ലുകൊണ്ട് നിർമ്മിച്ചതാണെന്നു തോന്നുന്നു. അതിൽ ബാക്കിയുണ്ടായിരുന്ന അക്ഷരങ്ങളെല്ലാം കൂട്ടിപ്പെറുക്കിവച്ച് ഒരുവിധം ഞാനത് ഈ രീതിയിൽ വായിച്ചെടുത്തു:

"...പാട്ടുംപാടി ഉല്ലാസമായി നടന്നുപോകുന്നതിനിടയിൽ തണുപ്പു പിടിച്ചു; സ്വർഗ്ഗത്തിലെ ഒരു അഗാധ ഗർത്തം ശ്രദ്ധയിൽപ്പെട്ടു. (എല്ലാ കണ്ണുകളിലും ഒന്നും കാണ്മാനുണ്ടായിരുന്നില്ല.) നിരാശതയിൽ പാപമുക്തി ദർശിക്കാൻ കഴിഞ്ഞു....

........വിഷസർപ്പമായി വേഷംമാറി അലഞ്ഞുതിരിയുന്ന ഒരു പ്രേതാത്മാവുണ്ട്. മറ്റുള്ളവരെ കടിക്കുന്നതിനുപകരം സ്വയം ദംശിച്ച് ജീവനൊടുക്കുന്ന ഒരു പ്രേതാത്മാവ്......

'പോ!.......'

നടന്ന് ശിലയുടെ പിന്നിലെത്തിയപ്പോൾ മാത്രം ഒറ്റപ്പെട്ട കുഴിമാടം കണ്ണിൽപ്പെട്ടു. പുല്ലോ പായലോ ഒന്നും വളർന്നുനില്ക്കാത്ത ഒരു സ്മാരകം. ആകെ നാശമായി കിടക്കുന്നു. വയറുപിളർന്ന നിലയിൽ അതിനകത്തൊരു ശവം. കരളും ഹൃദയവും കാണാനില്ല. എങ്കിലും മുഖത്ത് സങ്കടമോ സന്തോഷമോ ഒന്നുമില്ല. പുകയുടെയൊരു ദുരൂഹ പരിവേഷം മാത്രം ചുറ്റും.

സംശയിച്ചും പേടിച്ചും ഓടി രക്ഷപ്പെടാനാകുംമുമ്പ് കണ്ണുകൾ സ്മാരകശിലയുടെ പിൻഭാഗത്തായി കുറിച്ചിട്ട വികൃതമായ അക്ഷരങ്ങളിൽ കുടുങ്ങി.

"ഹൃദയത്തിന്റെ യഥാർത്ഥ രുചി എന്തെന്നറിയാൻ എന്റേതു പുഴുതെടുത്ത് വായിലിട്ട് ചവയ്ക്കാൻ തുടങ്ങി. പ്രാണവേദന അനുഭവിച്ചുകൊണ്ടിരിക്കുന്നതിനിടയിൽ അതിന്റെ യഥാർത്ഥ രുചി എങ്ങനെ അനുഭവപ്പെടാൻ? വേദന ശമിച്ചപ്പോൾ ഞാനതിനെ കുറേശ്ശേ കുറേശ്ശേയായെടുത്ത് തിന്നാൻനോക്കി. എന്നാൽ അപ്പോഴേക്കുമത് പഴകി നാറിത്തുടങ്ങിയിരുന്നതുകൊണ്ട് യഥാർത്ഥ രുചി അറിയാൻ കഴിയുന്ന തെങ്ങനെയാണ്?....."

"മറുപടി താ, അല്ലെങ്കിൽ പോ!"

എനിക്ക് പോകാൻ ധൃതിയായി. എന്നാൽ അപ്പോഴേക്കും ശവം എണീറ്റിരുന്നു കഴിഞ്ഞു. ഞാൻ ചാരമായിക്കഴിഞ്ഞാൽ എന്റെ ചിരി നീ കാണും എന്ന് ചുണ്ടുകളിളക്കാതെ അത് എന്നെ നോക്കിപ്പറഞ്ഞു.

പിന്തിരിഞ്ഞുനോക്കാൻ ധൈര്യം വരാതെ ഞാൻ ധൃതിപ്പെട്ട് നടക്കാൻ തുടങ്ങി. അത് പിന്നാലെ വരുന്നതു കാണേണ്ടിവരുമെന്നായിരുന്നു എന്റെ അപ്പോഴത്തെ പേടി മുഴുവൻ.

ജൂൺ 17, 1925.

തരംതാഴ്ത്തലിന്റെ ഞടുക്കങ്ങൾ

സ്വപ്നം കാണുന്നതായി ഞാനൊരു സ്വപ്നം കണ്ടു. എവിടെയാണെന്ന് നിശ്ചയമില്ലാത്ത അവസ്ഥയിലായിരുന്നു. രാത്രി ഏറെ വൈകിയിരുന്നു. ഇറുകെ അടച്ചു ഭദ്രമാക്കിയ ഒരു ചെറുകുടിലിന്റെ ഉള്ളിലാണ് ഞാൻ. അതേ സമയംതന്നെ അതിന്റെ മേല്പുരയിൽ സ്റ്റോൺക്രോപ്പു ചെടികൾ ഇടതൂർന്നുനില്ക്കുന്നതും കാണുന്നുണ്ടായിരുന്നു.

മരമേശപ്പുറത്തെ പാരഫിർ വിളക്കിന്റെ ഗോളം നന്നായി തുടച്ചു വൃത്തിയാക്കിയതുകൊണ്ട് അകത്ത് നല്ല തെളിച്ചമുണ്ട്. ദീനം പിടിച്ച മട്ടിലുള്ള ഒരു ചാരുകിടക്കയിൽ അപരിചിതനായ ഒരു മനുഷ്യന്റെ രോമനിബിഡവും പേശീദൃഢവുമായ മാംസത്തിനുകീഴെ മെലിഞ്ഞു ദുർബ്ബലമായ ഒരു ശരീരം, വിശപ്പ്, വേദന, ഞടുക്കം, അവമതി, സന്തോഷം എന്നിവകൊണ്ടു വിറച്ചു. അയഞ്ഞതെങ്കിലും അപ്പോഴും പൂത്തുലഞ്ഞുകൊണ്ടിരുന്ന പുറന്തൊലി കിടന്ന് മിന്നി. വിളറിയ ചുണ്ടുകൾ ദ്രവീകൃതമായ ചുണ്ടുചായംകൊണ്ട് നിറംകൊടുത്ത കാരീയം പോലെ വിളറിയ മട്ടിൽ ചുവന്നു.

വിളക്കിന്റെ ജ്വാലയും പേടിച്ച മട്ടിൽ ചുളുങ്ങി. കിഴക്ക് നേരം പുലർന്നു കഴിഞ്ഞിരുന്നു. എന്നാൽ വായു അപ്പോഴും നിറഞ്ഞുതന്നെ നിന്നു. വിശപ്പിന്റെ തിരമാലകളും വേദനയും ഞടുക്കവും അവമതിയും ആനന്ദവും കൊണ്ട് അത് സ്പന്ദിച്ചുകൊണ്ടിരുന്നു....

"മ്മാ!........." രണ്ടു വയസ്സിനുമേൽ പ്രായമുള്ള ഒരു കുട്ടി തുറക്കുകയും അടക്കുകയും ചെയ്തുകൊണ്ടിരുന്ന വാതിലിന്റെ കരകരപ്പ് കേട്ടുണർന്നു. പുൽത്തട്ടികൊണ്ട് മറച്ചുവച്ച മുറിയുടെ ഒരു മൂലയിൽ

നിന്ന് അമ്മയെ വിളിച്ചു കരഞ്ഞു.

"നേരം ഇനിയും പുലർന്നിട്ടില്ല, ഉറങ്ങിക്കോളൂ." എന്ന് ധൈര്യം ചോർന്നുപോയ മട്ടിൽ ഒരു സ്ത്രീ അതിനു മറുപടി പറഞ്ഞു.

"വിശക്കുന്നമ്മാ... വയറു വേദനിക്കുന്നു. തിന്നാൻ വല്ലതും തായോ...."

"തരാം കുഞ്ഞേ, അപ്പക്കാരൻ വരട്ടെ. ഞാൻ കേക്കു വാങ്ങി ത്തരാം..." പറഞ്ഞത് ഉറപ്പിക്കുന്ന മട്ടിലവൾ കൈയിൽ ചുരുട്ടിപ്പിടിച്ച ചെറുവെള്ളിനാണ്യത്തുട്ടിൽ ഒന്നുകൂടി പിടിമുറുക്കി. മുറിയുടെ മൂല യിലേക്കു നടന്നുനീങ്ങിയപ്പോൾ അവളുടെ താഴ്ന്ന ശബ്ദം സങ്കടം കൊണ്ട് വിറച്ചു. അനന്തരം തട്ടിമറ നീക്കി കുഞ്ഞിനെയെടുത്ത് ചാരു കിടക്കയിൽ കൊണ്ടുപോയി കിടത്തി.

"നേരായിട്ടില്ല കുട്ടീ. ഉറങ്ങിക്കോ." കുഞ്ഞിനോട് ഓരോന്നു പറഞ്ഞു കൊണ്ടിരിക്കെ നിസ്സഹായമായ അവളുടെ ദൃഷ്ടികൾ നമസ്കരിച്ചുനിന്ന മേല്പുരയുടെ മുകളിൽ ദൃശ്യമായ ആകാശത്തിലായിരുന്നു.

പെട്ടെന്ന് മറ്റൊരു വൻതിരവന്ന് അന്തരീക്ഷത്തെ ഇളക്കിമറിച്ചു. അത് ആദ്യത്തേതുമായി കൂട്ടിയിടിച്ച് ചുറ്റിക്കറങ്ങി ഭയങ്കരമായ ഒരു ഹിമവാതമായി പരിണമിച്ച് ഞാനടക്കം എല്ലാവരെയും എല്ലാറ്റിനെയും വിഴുങ്ങി. എനിക്കു ശ്വാസം കിട്ടാതായി.

ഒരു ഞരക്കത്തോടെ ഞാനുണർന്നു. ജനലിനു വെളിയിൽ നിറയെ വെള്ളിനിലാവായിരുന്നു. പ്രഭാതം ഇപ്പോഴും അകലെയാണെന്നു തോന്നി.

എവിടെയാണെന്ന് ഒരെത്തും പിടിയുമില്ല. എങ്കിലും എനിക്കു മുമ്പിൽ രാത്രി ഏറെ വൈകിയ നേരത്ത് ഇറുകെ ഭദ്രമായി അടച്ച ഒരു കുടിലിനകവശമായിരുന്നതുകൊണ്ട് നേരത്തെകണ്ട സ്വപ്നത്തിന്റെ തുടർച്ചയാണതെന്നു മനസ്സിലായി. അതേസമയം, സ്വപ്നത്തിൽ ഏറെ വർഷങ്ങൾ കടന്നു പൊയ്ക്കഴിഞ്ഞിരിക്കുന്നു എന്ന് മനസ്സിലായി. അകത്തും പുറത്തും കുടിലിപ്പോൾ നന്നായി സംരക്ഷിതമായിരിക്കുന്നു. അകത്ത് യുവദമ്പതികളും ഒരു സംഘം കുട്ടികളും. അറപ്പും വെറുപ്പും നിറഞ്ഞ മട്ടിൽ പ്രായം ചെന്ന ഒരു സ്ത്രീയെ നേരിടുകയാണവർ.

"നിങ്ങൾ കാരണം ഞങ്ങൾക്ക് മനുഷ്യരുടെ മുഖത്തു നോക്കാൻ പറ്റാതായി." പുരുഷൻ ദേഷ്യംകൊണ്ട് പുകഞ്ഞു. "ഇവളെ പോറ്റി ആളാക്കിയെന്ന് വീമ്പു പറയുന്നു. സത്യത്തിൽ നിങ്ങളിവളെ നശിപ്പി ക്കുകയാണ് ചെയ്തത്. കുഞ്ഞുപ്രായത്തിൽ തന്നെ വിശന്നു ചാകുന്ന തായിരുന്നു ഇതിനേക്കാൾ നല്ലത്."

"നീ എന്റെ ജീവിതം നശിപ്പിച്ചു" സ്ത്രീ അലറി.

"നിങ്ങൾ എന്റേയും" പുരുഷൻ പറഞ്ഞു.

"ഈ കുട്ടികളുടെയും" എന്ന് അപ്പോൾ ചെറുപ്പക്കാരിയായ സ്ത്രീ

കൂട്ടിച്ചേർത്തു.

ആ സമയം ഉണങ്ങിയ ഒരു മുളങ്കമ്പുകൊണ്ട് കളിക്കുകയായിരുന്ന അവരുടെ ഏറ്റവും ചെറിയ കുട്ടി അതൊരു വാളുപോലെ ഉയർത്തിപ്പിടിച്ച് "കൊല്ലും ഞാൻ!" എന്ന് അവരുടെ നേർക്ക് അലറി.

മുതിർന്ന സ്ത്രീയുടെ ചുണ്ടുകൾ അപസ്മാരബാധയാലെന്ന പോലെ കോച്ചിവലിഞ്ഞു. ഒരുനിമിഷം അവളൊന്നു ഞെട്ടിവിറച്ചു. പിന്നെ ശാന്തയായി. ഇപ്പോൾ ഒരു കൽപ്രതിമ കണക്കെ നിശ്ചലയായി നില്ക്കുകയാണവർ. പിന്നെ വാതിൽതുറന്ന് പുറത്തെ ഇരുട്ടിലേക്ക് നടന്നു മറഞ്ഞു. അവഹേളനം നിറഞ്ഞ കൊള്ളിവാക്കുകളും ദുഷ്ടലാക്കോ ടെയുള്ള ചിരിയും മാത്രം ബാക്കിയായി.

ഇരുട്ടിന്റെ ആഴങ്ങളിലൂടെ നടന്ന് നടന്ന് അവളൊരപാരമായ തരിശു ഭൂമിയിലെത്തി. എവിടെ നോക്കിയാലും തരിശുമാത്രം. മുകളിലായി ആകാശം മാത്രം. പറവകളോ പ്രാണികളോ ഒന്നും പറന്നുപോയില്ല. പൂർണ്ണനഗ്നയായി കൽപ്രതിമ കണക്കെ ആ വിജനതയിൽ തരിച്ചുനിന്ന പ്പോൾ ഭൂതകാലമപ്പാടെ മനസ്സിലൂടെ കടന്നുപോയി. വിശപ്പ്, വേദന, ഞടുക്കം, അവമതി, ആനന്ദം.... അവൾ വിറച്ചു. നാശം, ശേഷിപ്പ്, പങ്കാ ളിത്തം.... അപസ്മാരബാധയാലെന്നപോലെ അവളുടെ ചുണ്ടുകൾ കോച്ചിവലിഞ്ഞു. ...."കൊല്ല്!.." അവൾ ശാന്തയായി.... ഞൊടിയിടയിൽ അവർ എല്ലാം ഒന്നിച്ചു ചേർത്തു ചെയ്യും. അടുപ്പം, അകല്ച, സ്നേഹ പൂർണ്ണമായ പരിഗണന, പ്രതികാരം, പരിപാലനം, ഉന്മൂലനം, അനുഗ്രഹം, ആശിസ്സ്, ശാപം.... പിന്നീട് സർവ്വശക്തിയും സംഭരിച്ച് കൈകൾ ആകാശത്തിനു നേരെ ഉയർത്തിപ്പിടിച്ച്, പാതി മാനുഷികവും പാതി മൃഗീയവുമായ ഒരു ശബ്ദത്തിൽ അവർ ഉറക്കെ കരഞ്ഞു. മനുഷ്യരുടെ ലോകത്തിനു സുപരിചിതമല്ലാത്ത ഒരു കരച്ചിൽ, അതുകൊണ്ടുതന്നെ അത് തീർത്തും മൂകമായിരുന്നു.

വാക്കുകളില്ലാതെ അങ്ങനെ കരഞ്ഞപ്പോൾ ഒരു പ്രതിമപോലെ മഹത്തും അതേസമയം ജീർണ്ണനത്തിനും അപമാനത്തിനും വിധേയമാ യിക്കൊണ്ടിരുന്നതുമായ അവരുടെ ശരീരം നടുങ്ങി വിറയ്ക്കാൻ തുടങ്ങി. മത്സ്യച്ചെതുമ്പലുകൾപോലെ ആദ്യമാദ്യം ചെറുതും വ്യക്തവുമായിരുന്ന ഈ നടുക്കങ്ങൾ ആളിക്കത്തുന്ന തീയിൽ വെള്ളമെന്നപോലെ ഇളകി മറിയാൻ തുടങ്ങി. പൊടുന്നനവെ കൊടുങ്കാറ്റിലുലയുന്ന സമുദ്രവശ്യ തയിൽ തിരമാലകളെന്നപോലെ അന്തരീക്ഷവായുവും ഇളകുകയും മറിയുകയും കോച്ചിവലിക്കുകയും ചെയ്തു.

പിന്നെയവർ ആകാശത്തിനുനേരെ കൈകളുയർത്തുകയും അവരുടെ ശബ്ദമില്ലാത്ത കരച്ചിലിനെ നിശ്ശബ്ദത വിഴുങ്ങുകയും ചെയ്തു. സൂര്യകിരണങ്ങൾപോലെ ചുറ്റും പ്രസരിച്ച അവരുടെ നടുക്ക

ങ്ങൾ മാത്രം അന്തരീക്ഷവായുവിലെ തരംഗങ്ങളെ ഒരു ചുഴലിക്കാറ്റാലെന്നപോലെ കറക്കുകയും അതിരുകളില്ലാത്ത ആ പാഴ്ഭൂമിയിലൂടെ വീശിയെറിയുകയും ചെയ്തുകൊണ്ടിരുന്നു. അതൊരു പേക്കിനാവായിരുന്നെന്നും, നെഞ്ചിൽ കൈവെച്ചു കിടന്നതാണതിനു കാരണമെന്നും എനിക്കറിയാമായിരുന്നു. തുടർന്നും അപ്രതിരോദ്ധ്യങ്ങളായ ഈ കനത്ത കൈകളെ നെഞ്ചിൽ നിന്നെടുത്തുമാറ്റാൻ സർവ്വശക്തിയുമുപയോഗിച്ച് ശ്രമിച്ചുകൊണ്ടിരുന്നു.

ജൂൺ 29, 1925.

അഭിപ്രായം പറയുന്നതിനെക്കുറിച്ച്

എൽ പി ക്ലാസിലിരുന്ന് ഉപന്യാസ രചന നടത്താൻ തയ്യാറെടുക്കുന്നതായി ഞാൻ സ്വപ്നം കണ്ടു. അഭിപ്രായപ്രകടനം നടത്തുന്നതെങ്ങനെയാണെന്ന് അതിന്റെ ഭാഗമായി ഗുരുവിനോട് ചോദിച്ചു.

"അത് ബുദ്ധിമുട്ടാണ്." കണ്ണട പൊക്കി വശങ്ങളിലൂടെ ഒരു പ്രത്യേക രീതിയിൽ എന്നെ നോക്കിയശേഷം അങ്ങേർ പറഞ്ഞു. "ഞാനൊരു കഥ പറയാം, കേട്ടോളൂ."

"നിങ്ങളുടെ വീട്ടിൽ ഒരു ആൺ കുഞ്ഞു പിറന്നാൽ എല്ലാവർക്കും വലിയ സന്തോഷമുണ്ടാകും. അവന് ഒരു വയസ്സായാൽ വീട്ടുകാരവനെ അതിഥികൾക്ക് കാട്ടിക്കൊടുക്കും. തീർച്ചയായും ചില നല്ല വാക്കുകൾ നിങ്ങളവരിൽനിന്നു പ്രതീക്ഷിക്കുന്നുണ്ടാവും."

ഈ കുട്ടി വലിയ പണക്കാരനാകുമെന്ന് ഒരാൾ പറയുന്നു. ഗൃഹനാഥൻ ഹൃദയപൂർവ്വമതിന് നന്ദി പറയുന്നു.

ഈ കുട്ടി ഒരാപ്പീസറാകുമെന്ന് മറ്റൊരാൾ ആശംസിക്കുന്നു. പകരം ചില നല്ലവാക്കുകൾ കൈമാറപ്പെടും.

ഈ കുട്ടി മരിച്ചുപോകുമെന്ന് ഇനിയുമൊരാൾ. കുടുംബാംഗങ്ങളെല്ലാം ചേർന്ന് അയാളെ പൊതിരെ തല്ലും.

"കുട്ടി മരിച്ചുപോകുമെന്നത് ഒരനിവാര്യതയാണ്. അതേസമയം അവൻ ധനികനാകുമെന്നും ഉയർന്ന ഉദ്യോഗസ്ഥനാകുമെന്നൊക്കെ പറയുന്നത് കള്ളമാകാൻ ധാരാളം സാദ്ധ്യതകളുണ്ട്. എന്നിട്ടും ...പക്ഷേ, കള്ളം പറഞ്ഞതിന് പാരിതോഷികം നല്കും. അനിവാര്യമായ സത്യം തുറന്നുപറഞ്ഞതിന് മർദ്ദനവും, നിന്ദയും..."

"എനിക്ക് കള്ളം പറയാനിഷ്ടമല്ല സാർ. അതേസമയം അടിമേടിച്ചു കൂട്ടാനും താല്പര്യമില്ല. അപ്പോൾ പിന്നെ ഞാനെന്തു ചെയ്യും.?"

"അങ്ങനെയൊരു സാഹചര്യത്തിൽ എന്തു ചെയ്യണമെന്നു ചോദിച്ചാൽ, ദാ ഇങ്ങനെ പറഞ്ഞോളൂ. ഈ കുട്ടിയെ നോക്കിയാട്ടെ! ഉറപ്പായും ഇവൻ....അതെ ഉറപ്പായും ഇവൻ. ഓഹോ! ഹേ,ഹെ! ഹേ, ഹീ ഹീ, ഹേ!...."

ജൂലായ്, 1925.

മരണശേഷം

വഴിയിൽ കിടന്നു മരിച്ചതായി ഞാൻ സ്വപ്നം കണ്ടു.

എവിടെയായിരുന്നു, എങ്ങനെ അവിടെയെത്തി, എങ്ങനെ മരിച്ചു.. ഒന്നും എനിക്കറിഞ്ഞുകൂട. മരിച്ചു എന്ന് മനസ്സിലായനിമിഷംതൊട്ട് ഞാനവിടെ മരിച്ചുകിടക്കാൻ തുടങ്ങി. കുരുവികൾ ചിലയ്ക്കുന്നത് കേട്ടു. കാക്ക കരയുന്നത് കേട്ടു. നല്ല ഒന്നാന്തരം ശുദ്ധവായുവാണ് ചുറ്റും. മണ്ണിന്റെയൊരു മണം അതിനുണ്ടായിരുന്നെങ്കിലും. നേരം പുലരാറായതുകൊണ്ടാകാം, കണ്ണു തുറക്കാൻ ശ്രമിച്ചെങ്കിലും കൺപോളകൾ വിടരാൻ മടികാട്ടി. കൈകളുയർത്താൻ നോക്കിയപ്പോഴും അതുതന്നെ സംഭവിച്ചു. ഒന്നും എന്റേതല്ലെന്ന മട്ടിലായിരുന്നു അവയവങ്ങളുടെ പെരുമാറ്റം. പെട്ടെന്ന് ഭയം ഒരു കത്തി പോലെ നെഞ്ചിൽ ആഞ്ഞുതറച്ചു. ജീവിച്ചിരുന്ന കാലത്ത് എന്തെങ്കിലും ആലോചിച്ചുകൊണ്ടിരിക്കുക എനിക്കൊരു രസമായിരുന്നു. എന്നെ ഏറ്റവും രസിപ്പിച്ചുകൊണ്ടിരുന്ന ചിന്ത ഇതായിരുന്നു. ഒരു വ്യക്തിയുടെ മരണമെന്നു പറയുന്നത് സംവേദനശേഷി നിലനില്ക്കേ തന്നെ അയാളുടെ പേശീചാലക നാഡികൾ തളർന്നുപോകുന്ന സംഗതിയാണെങ്കിൽ ആയത് സമ്പൂർണ്ണ മരണത്തേക്കാൾ കൂടുതൽ ഭീതിദമായ ഒരു സംഭവമാണ്. എന്റെ പ്രവചനം യഥാർത്ഥമാകുമെന്ന് ആർക്കു പറയാനാകും? അതിന്റെ സത്യമറിയാൻ ഞാൻ തന്നെ നേരിട്ടു ശ്രമിക്കുമെന്ന് ആരറിഞ്ഞു?

ആരുടെയോ കാലൊച്ച കേട്ടു. ഏതോ വഴിപോക്കനാണ്. തലയ്ക്കുമുകളിലൂടെ ദ്രുതവേഗതയിൽ ആരോ ഒറ്റച്ചക്രമുള്ള ഒരുന്തുവണ്ടി തള്ളിക്കൊണ്ടുപോയി. അതിൽ കയറ്റിയ ഭാരം ഭയങ്കരമാണെന്ന് ഒച്ചകേട്ടാലറിയാം. വണ്ടിയുടെ കരകരാശബ്ദം ഞരമ്പുകളെ വല്ലാതെ അലോസരപ്പെടുത്തി. പിന്നെ എല്ലാം ചുവക്കുന്നതായി തോന്നി. സൂര്യനുദിച്ചുവന്നി

ട്ടുണ്ടാവും. ഞാൻ കിഴക്കോട്ടു നോക്കിക്കിടക്കുകയാണെന്നർത്ഥം. അതിലെന്തെങ്കിലും കാര്യമുണ്ടെന്നല്ല. പലരും സംസാരിക്കുന്ന ശബ്ദം... ചെറുകണികകൾ പൊടിമേഘം പോലെ ഉയർന്ന് മൂക്കിലേക്കിരച്ചുകയറി എനിക്കു തുമ്മാൻ മുട്ടി. ശവമല്ലേ, എങ്ങനെ തുമ്മും? എന്നാലും തുമ്മാതിരിക്കാൻ പറ്റില്ലെന്നു തോന്നി.

പാദപതനങ്ങളുടെ എണ്ണം അടിക്കടി കൂടിവരുന്നു. എല്ലാം എനിക്കരികിൽ വന്നവസാനിക്കുന്നു. പിറുപിറുപ്പുകളുടെ എണ്ണം വർദ്ധിക്കുന്നു. ചുറ്റും നല്ല ഒരാൾക്കൂട്ടം. അവർ പറയുന്നത് കേൾക്കാനുള്ള ആഗ്രഹം പെട്ടെന്ന് നിയന്ത്രണാതീതമായി. ആ സമയംതന്നെ ജീവിച്ചിരുന്ന കാലത്ത് ഞാൻ പറയുന്ന ഒരു കാര്യം ഓർമ്മ വന്നു. വിമർശനങ്ങൾക്കൊന്നും എന്നെ വിഷമിപ്പിക്കാനാവില്ലെന്ന് ഞാൻ പറയാറുണ്ടായിരുന്നു. ഒരുപക്ഷേ, പറഞ്ഞ അതേ അർത്ഥത്തിൽ ഞാനതിനെ കണ്ടില്ലെന്നത് ശരിയായിരിക്കാം. മരിക്കേണ്ട താമസം, സ്വയം വഞ്ചിച്ചിരിക്കയല്ലേ. എങ്കിലും ജനം പറയുന്നതെന്താണെന്ന് കേൾക്കാൻ ചെവി കൂർപ്പിച്ചെങ്കിലും എനിക്കതൊന്നും കൃത്യമായി മനസ്സിലാവില്ല. ആകെക്കൂടി കേട്ടത്, “മരിച്ചു...ഹോ!”

“ങ്ഹാ..!...”

“ഹോ....ഹോ....”

“ശരി...ശരി....”

“തീരെ മോശമായിപ്പോയി.....”

ഇത്രമാത്രം! ഇതുവച്ച് ഒരു തീരുമാനത്തിലെത്തുന്നതെങ്ങനെ...?

പരിചിതശബ്ദങ്ങളൊന്നും കേട്ടില്ലെന്നതു എന്നെ തെല്ലൊന്നുമല്ല സന്തോഷിപ്പിച്ചത്. പരിചയക്കാർ വന്നാൽ ഭയങ്കര സന്തോഷമായിരിക്കും. ചിലർക്ക് ഊൺമേശയ്ക്കരികെയിരുന്ന് പരദൂഷണം പറയാൻ വിഷയം കിട്ടും. ആ രീതിയിൽ സമയം പാഴാക്കും. ഇതെല്ലാം കണ്ട് എനിക്കു വിഷമം തോന്നും. ഇപ്പോൾ അറിയുന്നു ആരുമെന്നെ കണ്ടില്ല. അതുകൊണ്ട് ആരേയും ബാധിക്കില്ല. നന്നായി ജീവിച്ചിരിക്കെ ഒരാൾക്കും ഒരുപദ്രവവും ചെയ്യാത്ത ഒരു പാവം മനുഷ്യനായിരുന്നില്ലെ ഈയുള്ളവൻ!

പക്ഷേ, ഒരുറുമ്പാണെന്നു തോന്നുന്നു; അത് എന്റെ പുറത്തുകൂടി ഇഴഞ്ഞു... എനിക്ക് ചൊറിയാൻ മുട്ടി. പക്ഷേ, അനങ്ങാൻ പറ്റാതെ ചൊറിയുന്നതെങ്ങനെ? വല്ലാത്ത തൊന്തരവുതന്നെ. സാധാരണ രീതിയിൽ ഒന്നു തിരിഞ്ഞുകിടന്നാൽ മതിയായിരുന്നു. അത് പിന്തിരിഞ്ഞു പോകും. അതാ ഒന്ന് ഉടലിലും കയറിപ്പറ്റിയിരിക്കുന്നു. ക്ഷുദ്രകീടമേ! നീ ചെയ്യുന്നതെന്താണെന്ന് നീ അറിയുന്നുണ്ടോ?

കാര്യങ്ങൾ ചീത്തയിൽനിന്ന് കൂടുതൽ ചീത്തയിലേക്ക് നീങ്ങുകയാണ്. ഒരു മുരളൽ... അടുത്തനിമിഷം ഒരീച്ച എന്റെ കവിളെല്ലിൽ പറന്നിറങ്ങി ഇരിപ്പായി. അവിടന്ന് കുറേ അടിവച്ച ശേഷം മൂക്കു നക്കാനായി താഴോട്ടു പറന്നു ചെന്നു “ഞാനൊരു വി ഐ പി യൊന്നുമല്ല

സാറേ!". എന്ന് സങ്കടത്തോടെ അതിനോടു പറയുന്നതായി വിചാരിച്ചു. "താങ്കളുടെ പരദൂഷണപംക്തിക്ക് വിഷയം കണ്ടെത്താൻ എന്നെ തേടി വരേണ്ടതില്ല..."

എന്നാൽ പക്ഷേ, എനിക്കിതൊന്നും പറയാനാവില്ലല്ലോ. പശയൂറുന്ന നാക്കുകൊണ്ട് ചുണ്ടുകൾ നക്കാനായി എന്റെ മൂക്കിന്റെയറ്റത്തുനിന്നത് താഴോട്ടിറങ്ങുന്നു. സ്നേഹപ്രഖ്യാപനം തന്നെയല്ലേ ഇതെന്ന് ഞാന ത്ഭുതം കൂറി. വേറെ കുറെയെണ്ണം എന്റെ കൺപുരികങ്ങളിൽ കൂട്ടം കൂടിനിന്നു. മുന്നോട്ടുവച്ച ഓരോ അടിക്കും എന്റെ രോമങ്ങൾ അവയുടെ മൂലാഗ്രംവരെ കിടുകിടുത്തു. ഇത് അധികമായിപ്പോകുന്നു. അനുവദിക്കാ വുന്നതിനും ഏറെ അധികമായിപ്പോകുന്നു...

പെട്ടെന്ന് വീശിയടിച്ച കാറ്റിൽ മുകളിൽ നിന്നെന്തോ എന്നെ വന്നു പൊതിഞ്ഞു. ഈച്ചകളെല്ലാം പറന്നുപോയി. പോകുമ്പോൾ പറഞ്ഞതെ ന്താണെന്ന് ഞാൻ കേൾക്കുന്നുണ്ടായിരുന്നു. "ഹോ... എന്തൊരു കഷ്ടം..!" മനോവേദനയാൽ ഞാനേതാണ്ട് ബോധംകെട്ടു.

മരംകൊണ്ടുള്ള ഏതോ സാധനം നിലത്തുവീണ് 'ഡും' എന്ന ശബ്ദമുണ്ടാക്കി. ഭൂമിക്കടിയിലുള്ള പുൽനാമ്പുകളുണ്ടാക്കിയ രേഖകൾ എന്റെ നെറ്റിയിൽ പതിഞ്ഞുകിടക്കുന്നതായി എനിക്കനുഭവപ്പെട്ടു. തുടർന്ന് പുൽത്തൊപ്പി നീക്കം ചെയ്യപ്പെട്ടപ്പോൾ വെയിലിൽ ചൂട് അസഹ്യമായി.

"ഇയാളെന്തിനാ ഇവ്ടെ കെടന്ന് ചത്തത്?" എന്ന് ആരോ ചോദി ക്കുന്നതുകേട്ടു.

എന്റെ നേർക്ക് കുനിഞ്ഞ് സംസാരിച്ചതുകൊണ്ടാവണം, ഞാനാ ശബ്ദം ഏറെ അടുത്തുനിന്നു കേട്ടു. പക്ഷേ, എവിടെ കിടന്നാണ് പിന്നെ യൊരു മനുഷ്യൻ ചാകേണ്ടത്.? എവിടെ ജനിക്കണം, ജീവിക്കണ മെന്നൊന്നും ഒരു വ്യക്തിക്ക് സ്വന്തം ഇഷ്ടമനുസരിച്ച് തീരുമാനിക്കാ നാവില്ലെങ്കിലും ഇഷ്ടമുള്ള സ്ഥലത്തുകിടന്ന് ചുരുങ്ങിയ പക്ഷം ചാവാ നെങ്കിലും കഴിയേണ്ടതാണ്. സംഗതി ആ വിധത്തിലല്ല സംഭവിച്ചിരി ക്കുന്നതെന്ന് ഞാൻ മനസ്സിലാക്കുന്നു. എല്ലാവരെയും സന്തോഷിപ്പിക്കാ നെളുപ്പമല്ല. കുറേക്കാലമായി കടലാസോ പേനയോ ഒന്നും എന്റെ കൈയിലില്ലെന്നത് കഷ്ടംതന്നെ. പക്ഷേ, ഉണ്ടായിട്ടും കാര്യമില്ല. ചത്ത വന് എഴുതാനാവില്ലല്ലോ. ഇനി അഥവാ എഴുതിയാൽത്തന്നെ എന്റെ യൊരു കൃതി പ്രസിദ്ധീകരിക്കാൻ എവിടെ പോകും? അതുകൊണ്ട് ആ വിചാരം ഉപേക്ഷിച്ചു.

എന്നെ എടുത്തുകൊണ്ടുപോകാനായി കുറച്ചുപേർ വന്നു. ആരേയും പരിചയമുള്ളതായി തോന്നിയില്ല. വാളുറകൾ തമ്മിൽ ഉരസുന്നതുകേട്ട് പൊലീസെത്തിയിട്ടുണ്ടെന്ന് മനസ്സിലായി. മരിച്ചുകിടക്കാൻ തെരഞ്ഞെ ടുത്ത ഈ സ്ഥലത്തും പൊലീസ്! വേറെ സ്ഥലം നോക്കാമായിരുന്നു. പലതവണ അവരെന്നെ തിരിച്ചും മറിച്ചും കിടത്തി. ഉയർത്തുന്നതും വീണ്ടും താഴ്ത്തുന്നതും ഞാനറിഞ്ഞു. തുടർന്ന് മൂടി അടയുന്ന ശബ്ദം.

ചുറ്റികകൊണ്ട് ആണികളിൽ മേടുന്ന ശബ്ദം. എന്നാൽ വിചിത്രമെന്നു പറയട്ടെ, രണ്ടാണികൾ മാത്രമേ ഉപയോഗിച്ചുള്ളൂ. ഈ നാട്ടുകാരെന്താ ഇങ്ങനെയാണോ? ശവപ്പെട്ടിയിൽ രണ്ടാണി മാത്രമേ അടിക്കാറുള്ളെന്നോ?

ഇക്കുറി എന്തായാലും ആറു ഭിത്തികളിലെങ്കിലും ചെന്നിടിക്കുമെന്നാണ് തോന്നുന്നതെന്ന് ഞാൻ വിചാരിച്ചു. ആണിയടിക്കപ്പെടുകയും ചെയ്തു കഴിഞ്ഞിരിക്കുന്നു. സത്യമായും ഇതുതന്നെയാണവസാനം. എന്നെ സംബന്ധിച്ചിടത്തോളം എല്ലാം അവസാനിക്കുകയാണ്.

'ഓ, എന്തൊരു വീർപ്പുമുട്ടലാണിതിനകത്ത്....' ഞാൻ വിചാരിച്ചു.

സത്യം പറഞ്ഞാൽ സാധാരണയിലും ശാന്തനാണ് ഞാനിപ്പോൾ, എന്നെ മറവുചെയ്തു കഴിഞ്ഞോ ഇല്ലയോ എന്ന് പറയാനാവില്ലെങ്കിലും കൈത്തലത്തിന്റെ പുറകുവശം പുൽമടകളുടെ രേഖകളിൽ ഉരസി ഈ മാതിരിയൊരു ചരമ മുഖാവരണം അത്ര മോശമല്ലെന്നെനിക്കു തോന്നി. കാരുണ്യപ്രവർത്തനമെന്നനിലയിൽ ഇതിന്റെ കാശു മുടക്കിയതാരാണെന്നറിഞ്ഞുകൂട. എന്നാൽ എന്നെയീ ശവപ്പെട്ടിക്കുള്ളിലാക്കിയ മനുഷ്യൻ മുടിഞ്ഞുപോകട്ടെ. പുറഭാഗത്ത് ഷർട്ടിന്റെയൊരു കോൺ ചുളുങ്ങിപ്പോയത് ശരിപ്പെടുത്താതിരുന്നതുകൊണ്ട് കിടന്നതിൽ എന്തോ ഒരു വല്ലായ്മ അനുഭവപ്പെടുന്നു. ചത്തുപോയ ഒരാൾക്ക് വികാരങ്ങളൊന്നുമില്ലെന്നായിരിക്കും നിങ്ങളുടെ വിചാരം. ഈ രീതിയിൽ തീരെ അശ്രദ്ധമായി പെരുമാറുന്നത് അതുകൊണ്ടല്ലേ? ഫൂ!.....

ജീവിച്ചിരുന്ന കാലത്തേതിനേക്കാൾ എന്റെ ശരീരത്തിനിപ്പോൾ ഭാരം കൂടുതലുണ്ടെന്നു തോന്നുന്നു. ചുളിവീണ ഷർട്ടിൽ ശരീരമമരുമ്പോൾ കൂടുതൽ അസ്വാസ്ഥ്യം തോന്നുന്നത് അതുകൊണ്ടാണ്. സാധാരണഗതിയിൽ അത് ഇങ്ങനെയാവാനിടയില്ല. പോട്ടെ, അധികം വൈകാതെ ഞാനതുമായി പൊരുന്നിക്കൊള്ളും. അല്ലെങ്കിൽ അധികം വൈകാതെ അഴുകിപ്പോകും. ആ രീതിയിൽ, അത് ഏറെ വിഷമകരമാണെന്നു തെളിയിക്കപ്പെടാനിടവരരുത്. അതിനിടയിൽ കുറച്ചുനേരം ധ്യാനമാവാം.

"എങ്ങനെയുണ്ടു സാർ, താങ്കൾ മരിച്ചുകഴിഞ്ഞോ?" ശബ്ദം ഏറെ സുപരിചിതം. കണ്ണുതുറന്നു നോക്കിയപ്പോൾ 'പൊകുചായ' ബുക്ക് സ്റ്റാളിൽ നിന്നൊരാൾ മുമ്പിൽ വന്നു നില്ക്കുന്നു. ഇരുപതു വർഷം മുമ്പ് അവസാനം കണ്ട മനുഷ്യൻ. പക്ഷേ, ഇപ്പോഴും അതേമാതിരിയുണ്ട്. ശവപ്പെട്ടിയുടെ ആറുവശങ്ങളും പരിശോധിച്ചു. ചെത്തിമിനുക്കാതെ തീരെ പരുക്കൻമട്ടിലായിരുന്നു അതിന്റെ അറ്റങ്ങൾ. ഹംസകണ്ഠം പോലെ വളഞ്ഞ വക്കുകൾക്ക് എന്തൊരു മൂർച്ച! സാരമില്ലെന്ന് അയാളെന്നെ ആശ്വസിപ്പിച്ചു. എന്നിട്ട് ഇരുണ്ട നീലത്തുണിയുടെ പൊതിയഴിച്ച് എന്റെ മുമ്പിൽ വച്ചു. "..... 'വ്യാഖ്യാനങ്ങ'ളുടെ ഒരു പഴയ 'മിങ് വംശ' പ്പതിപ്പാണ്; താങ്കൾക്കായി കൊണ്ടുവന്നത്. ചിയാ ചിങ്വംശ കാലത്തെ സാധനം. കറുത്ത വിളുമ്പുകൾ കണ്ടില്ലേ. വെച്ചോളൂ. പിന്നെ ഇത്..."

അതിശയഭാവത്തിൽ ഞാനയാളുടെ കണ്ണുകളിലേക്കുറ്റുനോക്കി. "തനിക്കു ഭ്രാന്തുണ്ടോ? എന്റെ ഇപ്പോഴത്തെ അവസ്ഥ താൻ കാണുന്നില്ലേ? മിങ് വംശകാലത്തെ ഈ സാധനംകൊണ്ടു ഞാനെന്തു ചെയ്യാനാണ്?"

"അതു സാരമില്ല സാർ... സാരമില്ല!"

വെറുപ്പോടെ പെട്ടെന്ന് ഞാൻ മുഖം തിരിച്ചു. പിന്നെ കുറച്ചു നേരത്തേക്ക് ശബ്ദമൊന്നും കേട്ടില്ല. ആൾ പോയിക്കഴിഞ്ഞെന്നു വ്യക്തം. പക്ഷേ, ആ സമയം തന്നെ മറ്റൊരുറുമ്പ് ഇഴഞ്ഞ് മേലോട്ടു കയറി. കഴുത്തും കടന്ന് അവസാനം മുഖത്തിലൂടെ സഞ്ചരിക്കാൻ തുടങ്ങി. ഇപ്പോൾ കണ്ണുകളെ ചുറ്റുകയാണത്.

മരണത്തിനുശേഷംപോലും ആശയങ്ങളിൽ മാറ്റം വരുത്താൻ കഴിവുള്ളവരുണ്ടെന്ന് ഞാനൊരിക്കലും വിചാരിച്ചിരുന്നില്ല. പെട്ടെന്നൊരു ശക്തിവന്ന് എന്റെ മനസ്സമാധാനം തകർത്തു. പലതരം സ്വപ്നങ്ങൾ കണ്ണുകൾക്കു മുമ്പിൽ അനാവൃതമായി. ചില സുഹൃത്തുക്കൾ കടന്നുവന്ന് സന്തോഷമാശംസിച്ചു. ശത്രുക്കൾ വന്നു ചളിവാരിയെറിഞ്ഞു. എന്നാൽ ഞാൻ സന്തുഷ്ടനുമായില്ല. കളങ്കിതനുമായില്ല. ഇരുഭാഗത്തുമുള്ള പ്രതീക്ഷകൾ നിറവേറ്റാനാവാതെ ഞാനൊരു വിധത്തിൽ അജ്ഞാതനായിക്കഴിഞ്ഞു. ഇപ്പോഴൊരു പറക്കുന്ന നിഴലായി ശത്രുക്കൾ പോലുമറിയാതെ അവർക്ക് ചെലവില്ലാത്ത ചെറിയൊരു സന്തോഷംപോലും നല്കാനിഷ്ടപ്പെടാതെ മരിച്ചുകിടക്കുകയാണ് ഞാൻ. അതോർത്തപ്പോൾ സന്തോഷം സഹിക്കവയ്യാതെ കരയാൻ തോന്നി. പെട്ടെന്ന് കണ്ണുകളിൽ ഒരുതരം മിന്നൽ. ഞാൻ എഴുന്നേറ്റിരുന്നു.

ജൂലായ് 12, 1925.

ഇങ്ങനെയും ഒരു പോരാളി

ഇങ്ങനെയും ഒരു പോരാളിയുണ്ടാവും! ആഫ്രിക്കയിലെ ഗോത്ര വർഗ്ഗക്കാർ നന്നായി മിനുക്കിയെടുത്ത മേസറുകൾ ചുമലിലേറ്റി നടക്കുന്നതുപോലെ, ചൈനയിലെ ചുണയില്ലാത്ത ഹരിത പതാകവാഹകർ* (ചിങ്വംശക്കാലത്തെ ഊച്ചാളികളായ 'ഹാൻ' പോരാളികളെ തിരിച്ചറിഞ്ഞിരുന്നത് അവരുടെ പച്ചനിറമുള്ള കൊടിയടയാളം കൊണ്ടായിരുന്നു.) സ്വയം പ്രവർത്തനശേഷിയുള്ള കൈത്തോക്ക് കൊണ്ടുനടക്കുന്നതുപോലെ അത്രയും വിവരം കെട്ടവനല്ല ഇപ്പോഴിയാൾ. കാളത്തോൽ കൊണ്ടും കാരിരുമ്പുകൊണ്ടുമുണ്ടാക്കിയ കവചങ്ങളെ ഇയാൾ ആശ്രയിക്കാറില്ല. തനിക്കു താൻ മാത്രം മതിയെന്ന രീതിയിലുള്ള നിശ്ചയദാർഢ്യം അഥവാ വല്ല ആയുധവും ഉപയോഗിക്കേണ്ടിവന്നാൽ ആയതൊരു ചാട്ടുളിമാത്രം! ബർബരരുടെ അതിപുരാതനമായ അതേ ചാട്ടുളി.

ഒന്നുമില്ലായ്മയുടെ നേർരേഖകളിലേക്ക് അയാൾ നടന്നുകയറുന്നു. അവിടെ താൻ കാണുന്നതെല്ലാം തന്നെ നോക്കി ഒരേ രീതിയിൽ തലയാട്ടുന്നു. രക്തം ചിതറാതെ കൊല്ലാനുള്ള ഒരായുധമാണ് ഈ തലയാട്ടലെന്ന് ഇയാൾ അറിയുന്നുണ്ട്. ഈ രീതിയിൽ ഈ ആയുധംകൊണ്ട് നിരവധി യോദ്ധാക്കൾ ചത്തൊടുങ്ങിയിട്ടുണ്ടെന്നുമറിയാം. ഒരു പീരങ്കിയുണ്ടയെപ്പോലെ ധീരരുടെ കരുത്തിൽ അത് നിർവ്വീര്യമാകുമെന്നും അയാൾ അറിയുന്നു.

അവരുടെ തലയ്ക്കുമുകളിൽ എല്ലാത്തരം പതാകകളും കൊടിക്കൂറകളും തൂങ്ങിനില്പുണ്ട്. മനുഷ്യസ്നേഹി, പണ്ഡിതൻ, സാഹിത്യ

---

* തീരെ കഴിവില്ലാത്തവരാണെന്നു സ്വയംവ്യക്തമാക്കാൻ ഇവർ ഹരിത പതാകയേന്തി നടന്നു.

കാരൻ, മുതിർന്ന പൗരൻ, യുവാവ്, മാന്യൻ എന്നിങ്ങനെ എല്ലാത്തരം പദവികളും അതിൽ അലങ്കാരമായി രേഖപ്പെടുത്തിയിട്ടുണ്ട്. പാണ്ഡിത്യം, സദാചാരം, ദേശീയസംസ്കാരം, പൊതുജനാഭിപ്രായം, ന്യായം, നീതി, പൗരസ്ത്യ സംസ്കാരം എന്നിങ്ങനെ എല്ലാത്തരം നല്ല നാമധേയങ്ങളും അതിലുണ്ടാവും.

പക്ഷേ, ഇയാൾ തന്റെ ചാട്ടുളി ഉയർത്തിപ്പിടിക്കുന്നു.

അവരുടെ ഹൃദയങ്ങൾ, മുൻവിധിക്കാരായ മറ്റു വ്യക്തികളിൽനിന്നു വ്യത്യസ്തമായി, അവരുടെ നെഞ്ചുകളുടെ നടുവിൽതന്നെയുണ്ടെന്ന് ഭയഭക്തിബഹുമാനങ്ങളോടെ അവരൊന്നിച്ച് പ്രതിജ്ഞയെടുക്കുന്നു. സ്വന്തം ഹൃദയങ്ങൾ സ്വന്തം നെഞ്ചുകളുടെ മദ്ധ്യത്തിൽ തന്നെയുണ്ടെന്ന് ഉറച്ചു വിശ്വസിക്കുന്നതായി നെഞ്ചിലുറപ്പിച്ച മുദ്രഫലകങ്ങൾ വഴി വിളംബരം ചെയ്യാൻ ശ്രമം നടത്തുന്നു.

പക്ഷേ, ഇയാൾ തന്റെ ചാട്ടുളി ഉയർത്തിപ്പിടിക്കുന്നു.

ഇയാൾ പുഞ്ചിരിക്കുന്നു. ചാട്ടുളി ഉയർത്തിപ്പിടിക്കുന്നു. അത് ഒരുവശം നോക്കി വീശിയെറിഞ്ഞപ്പോൾ അവരുടെ ഹൃദയങ്ങളെ തുളച്ച് പാഞ്ഞുപോകുന്നു.

എല്ലാം തകരുന്നു. തകിടം മറിയുന്നു. ശൂന്യമായ ഒരു ഉപരിതല വസ്ത്രം മാത്രം ബാക്കിയാവുന്നു. ഒന്നുമില്ലായ്മ സുരക്ഷിതമായി രക്ഷപ്പെട്ട് വിജയം നേടിയെടുത്തിരിക്കുന്നു. മനുഷ്യസ്നേഹിയെയും മറ്റുള്ളവരെയും കൊന്ന ഒരു ഘാതകനാണിയാൾ എന്നതുകൊണ്ടാണത്.

പക്ഷേ, ഇയാൾ തന്റെ ചാട്ടുളി ഉയർത്തിപ്പിടിക്കുന്നു.

ഒന്നുമില്ലായ്മയിലൂടെ ഇയാൾ വലിയ ചുവടുകൾവച്ച് നടന്നു പോകുന്നു. വീണ്ടും അതേ തലയാട്ടൽ. അതേ കൊടിക്കൂറകൾ. അതേ പതാകകൾ...

പക്ഷേ, ഇയാൾ തന്റെ ചാട്ടുളി ഉയർത്തിപ്പിടിക്കുന്നു.

അവസാനമിയാൾക്ക് വയസ്സാകുന്നു. ഒന്നുമില്ലായ്മയുടെ നേർരേഖകളിൽ കിടന്ന് വയസ്സനായി മരിച്ചുപോകുന്നു. എന്തെല്ലാം പറഞ്ഞാലും ഇയാൾ ഒരു പോരാളിയല്ലെന്നതത്രെ സത്യമായ കാര്യം. വിജയി ഒന്നുമില്ലായ്മയാണ്.

ഈ മാതിരിയൊരു സ്ഥലത്ത് പോർവിളി കേൾക്കാറില്ല. എന്നാൽ സമാധാനമുണ്ടാകും, സമാധാനം.....

പക്ഷേ, ഇയാൾ തന്റെ ചാട്ടുളി ഉയർത്തിപ്പിടിക്കുകതന്നെ ചെയ്യുന്നു...

ഡിസംബർ 14, 1925.

ബുദ്ധിമാനും വിഡ്ഢിയും അടിമയും

ഒരടിമ തന്റെ മഹാവ്യസനങ്ങൾ മറ്റുള്ളവർക്ക് പകർന്നുനല്കുന്നതിന് ആളുകളെ അന്വേഷിച്ചു നടന്നതല്ലാതെ മറ്റൊന്നും ചെയ്തില്ല. ഇതുമാത്രമേ അവനറിയൂ. ഇതു മാത്രമേ അവൻ ചെയ്യൂ. ഒരുദിവസം ബുദ്ധിമാനെ കണ്ടുമുട്ടി.

"യജമാനരേ" കണ്ണീർ തൂകിക്കൊണ്ട് അവൻ പറഞ്ഞു." ഒരു പട്ടിയുടെ ജീവിതമാണ് ഈയുള്ളവന്റേതെന്ന് ദയവായി അങ്ങു മനസ്സിലാക്കണം. ഒരു നേരത്തെ ഭക്ഷണത്തിനുപോലും വലയുകയാണ്. അഥവാ ഇത്തിരി ചോള ചൂളിയോ മറ്റോ കിടച്ചാലായി, അത്രതന്നെ. പന്നിപോലും തൊടാൻ മടിക്കുന്ന സാധനം. അതിനും വലിയ ക്ഷാമമാണിപ്പോൾ.

"അത് തീരെ മോശമായിപ്പോയി" എന്ന് ബുദ്ധിമാൻ സമ്മതിച്ചു. അതുകേട്ട് അടിമ ഒന്നുഷാറായി. തിന്നാനില്ലെങ്കിലും രാപ്പകൽ ജോലിയാണ്. നേരം വെളുക്കുമ്പോ എണീറ്റ് വെള്ളം കോരണം. സന്ധ്യക്ക് ഭക്ഷണമൊരുക്കണം. കാലത്ത് അതുമിതും ചെയ്യണം. കടയിൽ പോയി വരവും മറ്റും വൈകീട്ട് ഗോതമ്പു പൊടിക്കണം. അതുകഴിഞ്ഞ് ആച്ച് തന്നെങ്കിൽ തുണി അലക്കിയലക്കിയിടും. മഴയാണെങ്കിൽ കുടപിടിച്ച് ചെയ്യണം. ശീതം വരുമ്പോ അടുപ്പ് കത്തിക്കും. ചൂട് വന്നാൽ പങ്കയെടുത്തു വീശും. അർദ്ധരാത്രി വെള്ളക്കുമിൾ വേവിക്കാനുണ്ടാകും. യജമാനന്റെകൂടെ ചൂതുകളിക്കാനെത്തുന്നവരെ വരെ സേവിക്കും. പക്ഷേ, ഒറ്റ മുക്കാൽ പോലും ആരും തരില്ല്. പലപ്പോഴും ചാട്ടവാറുകൊണ്ട്........"

"പാവം!" എന്ന് ഇതുകേട്ട് ബുദ്ധിമാൻ ദീർഘനിശ്വാസം വിട്ടു. കരയാൻപോവുകയാണെന്ന മട്ടിൽ അയാളുടെ കൺവിളുമ്പുകൾ ചുവന്നു.

“ഇനിയും ഇങ്ങനെ മുന്നോട്ടു പോകാനാവില്ല. യജമാനരെ. എന്തെങ്കിലും ഒരു വഴി... പക്ഷേ, അടിയന് എന്തുചെയ്യാൻ കഴിയും?”

“സാരമില്ല, എല്ലാം ശരിയാകും, ഉറപ്പ്...”

“താങ്കൾ അങ്ങനെ കരുതുന്നുവോ.... തീർച്ചയായും അടിയൻ പ്രതീക്ഷയുണ്ട്. പ്രയാസങ്ങൾ തുറന്നുപറയുകയും താങ്കളതിനോട് അനുഭാവം കാട്ടുകയും ചെയ്ത സ്ഥിതിക്ക് ഹൃദയഭാരം കുറഞ്ഞതുപോലെ തോന്നുന്നു. ഈ ലോകത്ത് ന്യായവും നീതിയും സ്വല്പമെങ്കിലും ബാക്കിയുണ്ടെന്ന് ആശ്വാസം.”

കുറച്ചുദിവസം കഴിഞ്ഞതേയുള്ളൂ. അടിമയ്ക്ക് വീണ്ടും തന്റെ സങ്കടം നിയന്ത്രിക്കാനാവാതായി. ഹൃദയഭാരം ഇറക്കി വെക്കാനവൻ ഇക്കുറി മറ്റൊരാളെ കണ്ടെത്തി.

“ഉടയോരേ, പന്നിക്കൂട്ടിനേക്കാൾ വൃത്തികെട്ട ഒരു സ്ഥലത്താണ് ഈയുള്ളവൻ താമസിക്കുന്നത്. യജമാനന് ഞാനൊരു മനുഷ്യനാണെന്ന ചിന്തയേ ഇല്ല. എനിക്കു നല്കുന്നതിന്റെ പത്തായിരം ഇരട്ടി പരിഗണനയെങ്കിലും അയാൾ തന്റെ പട്ടിക്കു നല്കുന്നുണ്ട്....”

“അയാൾ തുലഞ്ഞു പോകട്ടെ!” എന്ന് ആ മനുഷ്യൻ ഉച്ചത്തിൽ അലറിയതു കേട്ട് അടിമ ഞെട്ടിത്തെറിച്ചു. ഈ മറ്റൊരാൾ ശരിക്കും ഒരു വിഡ്ഢിയായിരുന്നു.

“നിലംപൊത്താറായ ഒരു ചെറ്റക്കുടിലുമാത്രമാണ് ആകെപ്പാടെയുള്ളത് സാറേ. ആകെ നനഞ്ഞൊലിച്ച് ഒരു കുടുസുമുറി. അതിനകത്ത് തണുത്തുവിറച്ച്... മൂട്ടശല്യംകൊണ്ട് ഉറങ്ങാറില്ല. പോരാത്തതിന് ഒരു ചീഞ്ഞനാറ്റവും... ചെറിയൊരു കിളിവാതിലുപോലുമില്ലാതെ....”

“യജമാനനോടു പറഞ്ഞ് ഒരു കിളിവാതിൽ വച്ചുകൂടെ?”

“അത് എങ്ങനെയാണ് ഉടയോരേ?”

“ആട്ടെ സ്ഥലം ഞാനൊന്നു കാണട്ടെ. എങ്ങനെയുണ്ടെന്ന് നോക്കട്ടെ.” അയാൾ പറഞ്ഞു.

അടിമയെ അനുഗമിച്ച് വിഡ്ഢി അയാളുടെ താമസസ്ഥലത്തെത്തി. മൺചുമരുകളിൽ തട്ടി പരിശോധന നടത്തി.

“ഇതെന്താണു ഉടയോരെ എന്ന് അടിമയ്ക്കു പേടിയായി.

“ഞാൻ നിനക്കൊരു കിളിവാതിൽ വെച്ചുതരാൻ പോവുകയാ.” എന്ന് വിഡ്ഢി പ്രതികരിച്ചു.

“അതു പറ്റില്ല. യജമാനൻ എന്നെ ചീത്ത പറയും.”

“പറയട്ടെ” എന്നുപറഞ്ഞ് വിഡ്ഢി തന്റെ ചുവരിലിടിയും പരിശോധനയും തുടർന്നു.

“കള്ളൻ... കള്ളൻ.. അയ്യോ ഓടിവരണേ. കള്ളൻ വന്ന് എന്റെ പെര ഇടിച്ചു നിരത്തുന്നേ..” എന്ന് ഉറക്കെ നിലവിളിച്ചും ഒച്ചവച്ചും അടിമ ബഹളം കൂട്ടിയതുകേട്ട് നാലുഭാഗത്തുനിന്നും ആളുകൾ ഓടിക്കൂടി. അടിമകളുടെ ഒരു വൻപടതന്നെ ഉണ്ടായിരുന്നു. എല്ലാവരും ചേർന്ന് വിഡ്ഢിയെ തുരത്തിയോടിച്ചു. ബഹളം കേട്ട് ഏറ്റവും അവസാന

മെത്തിയത് അവന്റെ യജമാനനാണ്.

"കള്ളൻ വന്ന് നമ്മുടെ വീട് പൊളിക്കാൻ നോക്കി. നിലവിളിച്ച് ആളെക്കൂട്ടിയത് അടിയനാണ്.. എല്ലാരും ചേർന്ന് അവനെ ഓടിച്ചുവിട്ടു!" ആദരപൂർവ്വം വിജയിയുടെ ഭാവത്തിൽ അടിമ പറഞ്ഞതുകേട്ട് 'മിടുക്കൻ' എന്ന് യജമാനൻ അവനെ പുകഴ്ത്തി.

വിവരമറിഞ്ഞ് സ്ഥലത്തെത്തിയവരുടെ കൂട്ടത്തിൽ ബുദ്ധിമാനുമുണ്ടായിരുന്നു.

"എന്നെക്കൊണ്ട് പ്രയോജനമുണ്ടെന്ന് നേരിട്ടുകണ്ടു മനസ്സിലാക്കിയ യജമാനൻ എന്നെ പ്രശംസിച്ചു. സാർ ഇനി കാര്യങ്ങൾ ശരിയാവുമെന്ന് ഇന്നാള് പറഞ്ഞപ്പോൾ സത്യത്തിൽ സാറ് സംഗതി മുൻകൂട്ടി കാണുകയായിരുന്നു. അല്ലേ സാറെ?" ഏറെ പ്രതീക്ഷയോടെ, പ്രസന്നതയോടെ അടിമ പറഞ്ഞു.

"ശരിയാണ് താൻ പറഞ്ഞത്...." അടിമയെച്ചൊല്ലി ബുദ്ധിമാനും പ്രസന്നവാനായി.

ഡിസംബർ 1926, 1925.

വാടിയ ഇല

ദീപനാളം ചിതറിയ വെളിച്ചത്തിൽ സാറ്റുല*യുടെ കവിത ആസ്വദിച്ചുകൊണ്ടിരിക്കെ പുസ്തകത്താളുകൾക്കിടയിൽനിന്ന് ഉണങ്ങിയ ഒരു മേപ്പിളില കിട്ടി.

ഇതെന്നെ കഴിഞ്ഞ ശരത്കാല ദിവസങ്ങളിലേക്ക് കൊണ്ടുപോകുന്നു. നല്ല മഞ്ഞുവീഴ്ചയുണ്ടായിരുന്ന ഒരുദിവസം. മിക്ക മരങ്ങളും ഇലപൊഴിച്ചു നില്ക്കേ മുറ്റത്തെയാ ചെറു മേപ്പിൾ മാത്രം അരുണാഭയിൽ കുളിച്ചു നില്പാണ്. ഇലകളെയെല്ലാം നന്നായൊന്നു നോക്കിക്കാണാമെന്നുവെച്ച് മരത്തിനു ചുറ്റും നടന്നു. പച്ചനിറമായിരുന്ന കാലത്ത് ഒരിക്കൽപ്പോലും ഞാനിതിനെ ശ്രദ്ധിക്കുകയുണ്ടായില്ലല്ലോ. എല്ലാ ഇലകളും ചുവന്നിട്ടില്ലെന്ന് സൂക്ഷിച്ചുനോക്കിയപ്പോൾ മനസ്സിലായി. വിളറിയ തവിട്ടുനിറമാണ് കൂടുതലെണ്ണത്തിനും. ചുവപ്പു പശ്ചാത്തലത്തിൽ പച്ചനിറത്തിന്റെ ഇരുണ്ട പുള്ളികളുമായി നില്ക്കുന്നവയുമുണ്ടായിരുന്നു. ഇടയ്ക്ക് പുഴുക്കുത്തേറ്റ ഒരിലയും കണ്ണിൽപ്പെട്ടു. കറുത്ത അരികുകളുമുണ്ടായിരുന്നു. അത് ചുവപ്പിന്റേയും മഞ്ഞയുടെയും പച്ചയുടെയും ചതുരങ്ങൾക്കിടയിലൂടെ തിളക്കമാർന്ന ഒരു നോട്ടംകൊണ്ട് നിങ്ങളെ തുറിച്ചുനോക്കുന്നതുപോലെ തോന്നും.

ദ്രുതവാട്ടം ബാധിച്ച ഒരിലയായിരിക്കുമെന്ന് ഞാൻ വിചാരിച്ചു. അതുകൊണ്ട് അപ്പോൾത്തന്നെ അടർത്തിയെടുത്ത് പുതുതായി വാങ്ങിയ പുസ്തകത്തിന്റെ താളുകൾക്കിടയിൽവെച്ചു. നാനാവർണ്ണാങ്കിതമായ ഈ ചെറുപത്രത്തെ കുറച്ചുകാലംകൂടി സംരക്ഷിച്ചുനിർത്താമെന്നു

---

* Satula - യ്വാൻവംശകാലത്തു ജീവിച്ച പ്രസിദ്ധ മംഗോളിയൻ കവി (1272–?)

വെച്ചെന്നുമാത്രം. കൊഴിഞ്ഞുവീണ മറ്റിലകൾക്കൊപ്പം ഒലിച്ചുപോകാതിരിക്കാൻ അതേയൊരു വഴി കണ്ടുള്ളൂ.

എന്നാൽ, ഇന്നു രാത്രി എന്റെ കണ്ണുകൾക്കു മുമ്പിലത് മഞ്ഞയും മെഴുകുനിറവുമായിക്കിടന്നു. അതിന്റെ കണ്ണിന് കഴിഞ്ഞവർഷമുണ്ടായിരുന്ന പ്രകാശം ഇപ്പോഴില്ല. കുറച്ചുകൊല്ലംകൂടി കഴിഞ്ഞാൽ പഴയ നിറങ്ങളെല്ലാം ഓർമ്മയിൽ നിന്നു മാഞ്ഞുപോകുന്നതോടെ എന്തിനാണതിനെയെടുത്ത് പുസ്തകത്താളുകൾക്കിടയിൽ വെച്ചതെന്ന കാര്യം പോലും മറന്നുപോയെന്നുവരാം. ഉടനെ കൊഴിഞ്ഞുപോകാനിടയുള്ള ഇത്തരം വാടിയ ഇലകളുടെയെല്ലാം നിറങ്ങൾ ഞാൻ വിചാരിച്ചാൽ ഏറ്റവും കുറഞ്ഞ സമയത്തേക്കു മാത്രമേ നിലനിർത്താൻ കഴിയൂ എന്നു തോന്നുന്നു. കടുംപച്ചയായി നില്ക്കുന്ന ഇലകളുടെ കാര്യം പിന്നെ പറയേണ്ട കാര്യമുണ്ടെന്നു തോന്നുന്നില്ല. ഈ ജനാലയ്ക്കരികിലിരുന്ന് പുറത്തേക്കു നോക്കിയാൽ കാണാം, തണുപ്പിനെ ചെറുത്തുനില്ക്കാൻ കഴിവുള്ള വൃക്ഷങ്ങളെല്ലാം ഇലകൾ മുഴുവൻ പൊഴിച്ച് നഗ്നരൂപികളായി മാറിക്കഴിഞ്ഞു. ഏറ്റവും മുമ്പിൽ മേപ്പിൾ തന്നെയാണ്. ഈ ശരത്ക്കാലത്തിന്റെ അവസാനഘട്ടത്തിലും കഴിഞ്ഞവർഷത്തെപ്പോലെ വാടിയ ഇലകൾ ഉണ്ടാവും. എന്നാൽ ഈ വർഷം കഴിഞ്ഞ വർഷത്തെപ്പോലെ ശരത്ക്കാല വർണ്ണങ്ങൾ കണ്ടാസ്വദിക്കാൻ തീരെ നേരമില്ലെന്ന് ദുഃഖപൂർവ്വം പറയാതിരിക്കാൻ വയ്യ.

ഡിസംബർ 26, 1925.

നിറംമങ്ങിയ ചോരക്കറകൾക്കു നടുവിൽ

(മരിച്ചു കഴിഞ്ഞവരുടെയും ജീവനോടെ ബാക്കിയുള്ള ചിലരുടെയും ഇനിയും ജനിച്ചിട്ടില്ലാത്തവരുടെയും ഓർമ്മയ്ക്ക് വിദേശ സാമ്രാജ്യത്വങ്ങൾ ക്കെതിരെ സമാധാനസമരം നടത്തുകയായിരുന്ന വിദ്യാർത്ഥികൾക്കും പൗരന്മാർക്കും നേരെ 1920 മാർച്ച് 18-ാം തീയതി പ്രകോപനമില്ലാതെ വെടിയുതിർത്ത പൊലീസ് നടപടിയോടുള്ള പ്രതികരണം.)

തീരെ ദുർബ്ബലനാണ് സ്രഷ്ടാവിപ്പോൾ. രഹസ്യമായി ഭൂമിയിലും സ്വർഗ്ഗത്തിലും മാറ്റമുണ്ടാക്കും. അതേസമയം ലോകത്തെ നശിപ്പിക്കാനുള്ള ധൈര്യമൊട്ടില്ലതാനും. രഹസ്യമായി, ജീവനുള്ള എല്ലാറ്റിന്റേയും മരണത്തിന് കാരണക്കാരനാകും ഇയാൾ. എന്നാൽ മരിച്ചുപോകുന്നതിന്റെയെല്ലാം ജഡം ജീർണ്ണനത്തിനു വിധേയമാകാതെ സുരക്ഷിതമായി നിർത്താൻ വേണ്ട ധൈര്യമില്ല. രഹസ്യമായി മനുഷ്യകുലത്തെക്കൊണ്ട് ചോര ചിന്തിക്കും. എന്നാൽ ഈ ചോരയുടെ പാടുകൾ നിലനിർത്താൻ തയ്യാറല്ല. രഹസ്യമായി മനുഷ്യരെ വേദന തീറ്റിക്കുമെങ്കിലും ആയത് എക്കാലവുമവനെയോർമ്മിപ്പിക്കാൻ വേണ്ടതൊന്നും ചെയ്യുകയുമില്ല. അങ്ങേർക്ക് അതിനുള്ള ധൈര്യമുണ്ടായിട്ടു വേണ്ടേ. തന്നെപ്പോലെയുള്ളവരെമാത്രം, അതായത് മനുഷ്യകുലത്തിലെ 'അശു'ക്കളെ മാത്രമേ ഇയാൾ സംരക്ഷിക്കൂ. ആളൊഴിഞ്ഞു ശൂന്യമായ പൗരാണികാവശിഷ്ടങ്ങളും ഒറ്റപ്പെട്ടു ചിതറിക്കിടക്കുന്ന ശവകുടീരങ്ങളും ഉപയോഗപ്പെടുത്തി ഇയാൾ മാളികകൾ പണിതുയർത്തും. കാലത്തെ ഉപയോഗിച്ച് വേദനകളേയും ചോരപ്പാടുകളെയും വെള്ളം ചേർത്ത് നിർവ്വീര്യപ്പെടുത്തും.

കയ്ക്കുന്ന വീഞ്ഞ് ചെറുതായി മധുരം ചേർത്ത് ഓരോ ദിവസവും ഓരോരുത്തനേയും ഓരോ കോപ്പവീതം കുടിപ്പിക്കും. ചെറിയ രീതിയിൽപ്പോലും തലയ്ക്കു പിടിക്കാനിടയില്ലാത്ത രീതിയിൽ ഇത് അത്ര തീരെ കുറയാറുമില്ല, ഭ്രാന്തുപിടിപ്പിക്കുംവിധം കൂടാറുമില്ല. കരയാനോ പാടാനോ തോന്നുംവിധം കുടിച്ചവർ കുടിക്കാത്തവരായും കുടിച്ചവരേയും ഒരേ സമയം പെരുമാറും. സുബോധമുള്ളവനായും സുബോധം നഷ്ടപ്പെട്ടവനായും നടക്കും. ജീവിക്കാനിഷ്ടമുള്ളവനായും ജീവിക്കാനിഷ്ടമില്ലാത്തവനായും ജീവിക്കും. ജീവിതം തുടർന്നുകൊണ്ടിരിക്കാൻ ഇഷ്ടപ്പെടുന്നവയായി സർവ്വ ജീവജാലങ്ങളെയും നിലനിർത്തിക്കൊണ്ട് ജീവിതം മുന്നോട്ടുകൊണ്ടുപോവുകയെന്നതത്രേ സ്രഷ്ടാവിന്റെ അസ്തിത്വ ദൗത്യം. അല്ലാതെ, മനുഷ്യകുലത്തെ നശിപ്പിക്കാനുള്ള ധൈര്യമൊന്നും അങ്ങേർക്കില്ല.

ഉപേക്ഷിതവും നാശോന്മുഖവുമായ കുറച്ച് അവശിഷ്ടങ്ങളും ഒറ്റപ്പെട്ട ചില ശവകുടീരങ്ങളും ഭൂമിയിൽ ചിതറിക്കിടപ്പുള്ളത് നിറം മങ്ങിയ ചോരപ്പാടുകൾ പ്രതിഫലിപ്പിച്ചു കാട്ടുന്നുണ്ട്. നാമോരോരുത്തരുടെയും നേർത്ത വേദനകളുടെയും സങ്കടങ്ങളുടെയും മാത്രമല്ല, മറ്റുള്ളവരുടെ വേദനകളുടെയും സങ്കടങ്ങളുടെയും രുചി കൂടി നാമിവയിലൂടെ അറിയുന്നുണ്ട്. ആരും അത് വേണ്ടെന്നു വെക്കാറില്ല. ഒന്നുമില്ലാത്തതിനേക്കാൾ ഭേദമല്ലേയെന്ന് സമാധാനിക്കും... സ്വർഗ്ഗത്തിന്റെ ഇരകൾ എന്ന് സ്വയം വിശേഷിപ്പിക്കുന്നവരാണിവർ. ഈ വേദനകളുടെയും സങ്കടങ്ങളുടെയും രുചി നോക്കുന്നതിനെ സ്വയം ന്യായീകരിക്കുന്നതിനുള്ള അടവായി ഇതിനെക്കണ്ടാൽ മതി. മൗനംഭജിച്ച്, ഏറെ ഭീതിജനകമെങ്കിലും മുഖാമുഖം കണ്ടുമുട്ടാനുള്ള അനിയന്ത്രിതമായ ആഗ്രഹവുമായി പുതിയ വേദനകളെയും പുതിയ സങ്കടങ്ങളെയും പുതിയ പീഡനങ്ങളെയും കാത്തിരിക്കും.

സ്രഷ്ടാവിന്റെ വിനീത വിധേയരായ പ്രജകളാണിവരെല്ലാം. അങ്ങേർ ഇവരിൽനിന്ന് ഇതു പ്രതീക്ഷിക്കുന്നു.

ഭൂതത്തിലും വർത്തമാനത്തിലും ഇപേക്ഷിതമായ എല്ലാ അവശിഷ്ടങ്ങളുടെയും ഏകാന്തമായ എല്ലാ ശവകുടീരങ്ങളുടെയും പൊരുളറിയാൻ കെല്പുള്ള കലാപകാരിയായ ഒരു പടയാളി മനുഷ്യർക്കിടയിൽ നിന്ന് ഉയിർത്തെഴുന്നേറ്റിരിക്കുകയാണ്. അതിതീവ്രവും അവസാനമില്ലാത്തതുമായ എല്ലാ കഠിനവേദനകളും അയാൾ ഓർക്കുന്നു. കട്ട കെട്ടിയ ചോരയുടെ മുഴുവൻ ചളിക്കുഴികളെയും സമസ്യകളെയും സമചിത്തതയോടെ നേരിടുകയാണിയാൾ. മരിച്ച എല്ലാറ്റിനേയും ജീവിക്കുന്ന എല്ലാറ്റിനേയും പിറന്നുകൊണ്ടിരിക്കുന്ന എല്ലാറ്റിനേയും പിറക്കാൻ ഇനിയും ബാക്കിയുള്ള എല്ലാറ്റിനേയും ഇയാൾക്കു മനസ്സിലാവും. സ്രഷ്ടാവിന്റെ

കളി ഇയാൾക്കു മനസ്സിലാവും. സ്രഷ്ടാവിന്റെ ഈ വിനീത വിധേയരായ പ്രജകളെ പുനരുദ്ധരിക്കാനും അതല്ലെങ്കിൽ മനുഷ്യരാശിയെത്തന്നെ മുച്ചൂടും നശിപ്പിക്കാനും ഇയാൾ ഉണർന്നെഴുന്നേല്ക്കും.

ദുർബ്ബലനായ സ്രഷ്ടാവ് നാണംകെട്ട് ഒളിക്കുന്നു. പോരാളിയുടെ കണ്ണിൽ സ്വർഗ്ഗവും ഭൂമിയും നിറം മാറ്റത്തിനു വിധേയമാകുന്നു.

ഏപ്രിൽ 8, 1926.

ഉണർവ്വ്

സ്കൂളിൽ പോകുന്ന കുട്ടികളെപ്പോലെ പെക്കിങ് നഗരത്തിന്റെ ആകാശത്തിൽ എല്ലാ പ്രഭാതങ്ങളിലും ബോംബർ വിമാനങ്ങൾ പ്രത്യക്ഷപ്പെടുന്നു. 1926 ഏപ്രിൽ മാസം ജനറൽ ഫെങ് യു-ഹ്സിയാംഗ് യുദ്ധക്കൊതിയരായ യാങ് ട്സൊലിൻ, ലിചിംങ്‌ലിൻ എന്നിവരുമായി ഏറ്റുമുട്ടിയ കാലം. യുദ്ധവിമാനങ്ങൾ പല ദിവസങ്ങളിലും നഗരത്തിൽ ബോംബു വർഷിക്കാനെത്തുമായിരുന്നു. അവയുടെ എഞ്ചിനുകൾ അന്ത രീക്ഷത്തെ ആക്രമിക്കുന്നതു കേൾക്കുന്ന ഓരോ അവസരത്തിലും ചെറു മാതിരിയൊരു മാനസിക സമ്മർദ്ദം ഞാനനുഭവിച്ചു. മരണത്തിന്റെ ആക്ര മണത്തിനു സാക്ഷിയാവുകയാണെന്നമട്ടിൽ ജീവിതാസ്തിത്വത്തെ കുറിച്ചുള്ള എന്റെ അവബോധത്തെ ഇത് കൂടുതൽ ദൃഢപ്പെടു ത്തിയെങ്കിലും.

അടക്കിപ്പിടിച്ച മട്ടിലുള്ള ഒന്നുരണ്ടു സ്ഫോടനങ്ങൾക്കുശേഷം വിമാനങ്ങൾ മുരളുകയും വേഗം കുറയുകയും ചെയ്തു. ചിലരൊക്കെ മരിച്ചിട്ടുണ്ടാവാം; പലർക്കും പരുക്കു പറ്റിയിരിക്കാം. എന്നാൽ ലോകം പതിവിലും ശാന്തമായി മുന്നോട്ടുപോവുകയാണെന്ന് എനിക്കു തോന്നി. ജനാലയ്ക്കപ്പുറത്ത് വെളിയിലെ പോപ്ലാർ വൃക്ഷത്തിൽ ഇരുന്ന സ്വർണ്ണ നിറമുള്ളതും തളിരുകൾ വെയിലിൽ മിന്നിത്തിളങ്ങി പൂക്കാൻ തുടങ്ങിയ പ്ലം മരത്തിന്റെ പ്രതാപം ഇന്നലത്തേതിലും കൂടുതലായി വർദ്ധിച്ചിട്ടുണ്ട്. കിടക്കയിൽ ചിതറിക്കിടക്കുന്ന ദിനപത്രങ്ങളെല്ലാം പെറുക്കി ഒതുക്കി വെക്കുകയും എഴുത്തുമേശമേൽ തലേരാത്രി അടിഞ്ഞുകൂടിയ പൊടി

യെല്ലാം തട്ടികകൊണ്ട് വൃത്തിയാക്കുകയും ചെയ്തതോടെ ചതുരാകൃതിയിലുള്ള എന്റെയീ ചെറിയ പഠന മുറി 'തിളക്കമാർന്ന ജനാലകളും ഒരു ചെളിക്കുത്തുപോലുമില്ലാത്ത മേശയും' എന്ന വിശേഷണത്തിനർഹമാം വിധം ഭംഗി വീണ്ടെടുത്തു കഴിഞ്ഞിരിക്കുന്നു.

ചില കാരണങ്ങളാൽ, എന്റെ മുമ്പിൽ കുന്നുകൂടിക്കിടക്കുന്ന ചെറുപ്പക്കാരായ പുതിയ എഴുത്തുകാരുടെ രചനകളുടെ കൈയെഴുത്തു പ്രതികളുടെ എഡിറ്റിങ്ങിലായി എന്റെ ശ്രദ്ധ മുഴുവൻ. എല്ലാം വായിച്ചു നോക്കണമെന്നുണ്ട്. കാലഗണനാക്രമത്തിൽ വായന തുടങ്ങി. മുഖം മൂടികളണിയാൻ ഇഷ്ടപ്പെടാത്ത യുവതയുടെ ശബ്ദം. ഇവരുടെ ആത്മചൈതന്യമാണ് ഇപ്പോൾ മാറി മാറി എന്റെ മുമ്പിൽ പ്രത്യക്ഷപ്പെട്ടു കൊണ്ടിരിക്കുന്നത്. എന്തൊരു മിടുക്ക്; എന്തൊരു സത്യസന്ധത! പക്ഷേ, ഹാ, അവരാരും സന്തുഷ്ടരല്ല. കടുത്ത മോഹഭംഗത്താൽ കരയുന്നു. കോപിക്കുന്നു. അവസാനം തീർത്തും പരുക്കനായി മാറുന്നു. എന്റെ പ്രിയങ്കരരായ ഈ ഇളം കൂമ്പുകൾ.

പൊടിയുടേയും കാറ്റിന്റേയും കടന്നാക്രമണംമൂലം മാർദ്ദവം നഷ്ടപ്പെട്ട അവരുടെ ആത്മസത്ത അത് മനുഷ്യന്റെ ആത്മചൈതന്യമാണ്; സ്നേഹത്തിന്റെ ആത്മചൈതന്യമാണ്. ചോരയൊലിക്കുന്ന ഇവരുടെയീ പരുപരപ്പിൽ സന്തോഷപൂർവ്വം മുത്തം വെക്കാൻ ഞാൻ തയ്യാറായിരിക്കുന്നു. ചോരയൊലിക്കുന്നുവെങ്കിലും രൂപരഹിതവും വർണ്ണനാതീതവുമായ ഈ പരുപരുപ്പ്. പൂർവ്വസ്മരണകളാൽ സുരഭിലവും ഏറെ വിശ്രുതവും മനോഹരവുമായ ഈ പൂവാടിയിൽ റോസാപ്പൂക്കളെപ്പോലുള്ള വിനയവതികളായ പെൺകുട്ടികൾ നിർബ്ബാധം അലസഗമനം ചെയ്യുന്നത് ഞാൻ കാണുന്നു. കൊറ്റി കരയുകയും കട്ടിയുള്ള വെള്ളിമേഘങ്ങൾ പറന്നുയരുകയും ചെയ്യുന്നു.. എല്ലാം ഏറെ വശ്യവും ആവേശജനകവുമായ സംഭവങ്ങൾ. എന്നാൽ മനുഷ്യരുടെ ലോകത്തിലാണ് ജീവിക്കുന്നതെന്ന കാര്യം എനിക്കെങ്ങനെ മറക്കാനാകും?

ഇതു പെട്ടെന്ന് ഒരു സംഭവം ഓർമ്മയിൽ കൊണ്ടുവരുന്നു. രണ്ടു മൂന്നു വർഷം മുമ്പ് നടന്നതാണ്. പെക്കിങ് സർവ്വകലാശാലയിൽ അദ്ധ്യാപകരുടെ മുറിയിലിരിക്കെ അപരിചിതനായ ഒരു വിദ്യാർത്ഥി കടന്നുവന്ന് ഒരു പൊതി എന്നെ ഏല്പിച്ചശേഷം ഒന്നും മിണ്ടാതെ തിരിച്ചുപോയി. തുറന്നുനോക്കിയപ്പോൾ 'ചെറുപുല്ല്'! യുവസാഹിത്യകാരന്മാർ 1924ൽ ആരംഭിച്ച മാസികയുടെ കോപ്പിയാണ്. അയാൾ ഒരക്ഷരം പറഞ്ഞില്ലെങ്കിലെന്ത്, ഏറെ വാചാലമായ മൗനമായിരുന്നില്ലെ അത്? എന്തൊരു വിലപിടിച്ച സമ്മാനമാണെനിക്കു കിട്ടിയത്. ചെറുപുല്ലിന്റെ പ്രസിദ്ധീകരണം പിന്നീട് നിലച്ചുപോയകാര്യം ദുഃഖപൂർവ്വം ഓർത്തു. 'വെള്ളത്തി

നടിയിലെ മണി' എന്ന 1925 ൽ തുടങ്ങിയ സാഹിത്യ വാരികയുടെ മുൻഗാമിയെന്ന നിലയിൽ മാത്രമായിരുന്നു അതിന്റെ പ്രസക്തി എന്നു ബോദ്ധ്യമുണ്ട്. മനുഷ്യസമുദ്രങ്ങളുടെ അത്യഗാധതകളിൽ കാറ്റും പൊടിപടലവും നിറഞ്ഞ ഗഹ്വരങ്ങളിൽ കിടന്ന് വെള്ളത്തിനടിയിലെ മണി ഏകാന്തമായി മുഴങ്ങുന്നുണ്ടിപ്പോഴും.

കാട്ടുമുൾച്ചെടി സാങ്കല്പികമായെങ്കിലും ഞെരിച്ചമർത്തപ്പെട്ടു വെങ്കിലും അതിലിപ്പോഴുമൊരു കുഞ്ഞുപുഷ്പം ബാക്കിനില്പുണ്ട്. ടോൾസ്റ്റോയിയുടെ ഹൃദയത്തെ അത് എത്രമാത്രം ഇളക്കിമറിക്കുകയു ണ്ടായെന്നോർത്തു പോകുന്നു. ഒരു കഥ തന്നെ അതിൽനിന്നുണ്ടായി. വരണ്ട മരുഭൂമിയുടെ ആഴങ്ങളിലേക്ക് വേരുകളിറക്കാൻ കഠിനമായി ശ്രമം നടത്തുന്ന മരൂരൂഹങ്ങൾ ആ ശ്രമത്തിൽ പാഴ്നിലത്തെ പവിഴക്കാടായി മാറ്റുന്നു. എങ്കിലും ക്ഷീണിച്ചു തൊണ്ടവരണ്ടവശനായി നില്ക്കുന്ന യാത്രികന്റെ കണ്ണുകൾക്ക് ഈ കാഴ്ച ഉത്സവമായി മാറുന്നു. ഒരു താല് ക്കാലിക വിശ്രമത്താവളമായി അവർ അതിനെ അറിയുന്നു. തീർച്ചയാ യുമിത് അഗാധമായ കൃതജ്ഞതയും സങ്കടവും ഉണർത്തിവിടുകതന്നെ ചെയ്യും.

"ശീർഷകമില്ലാതെ" എന്ന തലക്കെട്ടിനുതാഴെ വായനക്കാരനോ ടുള്ള ഒരഭിസംബോധനയായി വെള്ളത്തിൽ മുങ്ങിയ മണിയുടെ എഡിറ്റർമാർ ഇങ്ങനെ എഴുതി. "നമ്മുടെ സമൂഹം ഒരു മരുഭൂമിയാ ണെന്ന് ചിലർ പറയുന്നു. സംഗതി അപ്രകാരം തന്നെയെങ്കിൽ, സാമാന്യം വിജന നിശൂന്യമെങ്കിലും അത് ഒരുമാതിരിയൊരു ശാന്തിയും സമാധാനവും നമുക്ക് നല്കിയേക്കാനിടയുണ്ട്. അല്പമൊരേ കാന്തതയൊക്കെ അനുഭവപ്പെടുമെങ്കിലും അപാരതയെ കുറിച്ചൊരു ബോധം അത് നമുക്ക് നല്കിയേക്കാനിടയുണ്ട്. അതിനെപ്പോലെ അത്രമാത്രം കുഴപ്പം പിടിച്ചതും മ്ലാനവും പരിവർത്തന ക്ഷമവുമാവുകയി ല്ലൊന്നും".

ഇന്ന് യുവതയുടെ ആത്മസത്ത എന്റെ മുമ്പിൽ ഉണർന്നെഴുന്നേറ്റി രിക്കുന്നു. അവർ പരുക്കന്മാരായിക്കഴിഞ്ഞു. അഥവാ പരുക്കന്മാരായി മാറി ക്കൊണ്ടിരിക്കുന്നു. മൗനമായി ചോര ചിന്തുകയും സഹിക്കുകയും ചെയ്യുന്നു. ഈ ആത്മാവുകളെ ഞാനിഷ്ടപ്പെടുന്നു. മനുഷ്യരുടെ ലോക ത്തിലാണ് ഞാനുള്ളതെന്ന് ഇവരെന്നെ ഓർമ്മിപ്പിച്ചുകൊണ്ടിരിക്കുന്നു. മനുഷ്യർക്കിടയിലാണ് എന്റെ ജീവിതമെന്ന് ഇവരിലൂടെ ഞാനറിയുന്നു.

അതിനിടെ സൂര്യനസ്തമിച്ചു. വിളക്കുകൊളുത്തി ഞാനെന്റെ ജോലി തുടർന്നു. എല്ലാ ചെറുപ്പക്കാരും എന്റെ മുമ്പിലൂടെ മിന്നിമറ യുന്നു. ചുറ്റും സന്ധ്യമാത്രമെങ്കിലും ഞാനതറിയുന്നു. ക്ഷീണം മാറ്റാൻ ഒരു സിഗരറ്റ് കൈയിലെടുത്ത് അനിശ്ചിതമായ ചിന്തകളിൽ കണ്ണുകൾ

പൂട്ടിക്കിടക്കെ ഏറെ നീണ്ട ഒരു സ്വപ്നത്തിലേക്ക് വഴുതിവീഴുന്നു. പിന്നീടെപ്പോഴോ ഞെട്ടിത്തെറിച്ച് എഴുന്നേല്ക്കുന്നു. ചുറ്റും സന്ധ്യയല്ലാതെ യാതൊന്നുമില്ല. ഗ്രീഷ്മകാലാകാശത്തിലെ ചെറു മേഘക്കുത്തുകൾപോലെ നിശ്ചലമായ അന്തരീക്ഷത്തിൽ സിഗരറ്റു പുക മേഘമായി പടർന്നുനിന്നു. അനിർവ്വചനീയങ്ങളായ അനേകം രൂപങ്ങളായി അത് സാവധാനം മാറിക്കൊണ്ടിരുന്നു.

ഏപ്രിൽ 10, 1926.

9 789388 485913

Printed by Libri Plureos GmbH in Hamburg, Germany